ஒளி வளர் விளக்கு

கி. வா. ஜகந்நாதன்

Title: Oli Valar Vilakku

Author: Ki. Va. Jagannathan

Language: Tamil

First Published on: 1963

Year of Publication: 2025

Book Format: Paperback

*Page Size: 6inch * 9inch*

Category: Religious

Subject: Religious Essays

No. of pages: 96

ISBN: 978-81-999253-1-1

Published by: Nilan Publishers, Madurai, Tamilnadu, India

பொருளடக்கம்

குறிப்புகளுக்காக

முகவுரை

சைவத் திருமுறைகளில் ஒன்பதாவது, திருவிசைப்பாவும் திருப்பல்லாண்டும் சேர்ந்த தொகுதி. திருமுறைகளை முதல் இராசராச சோழனுடைய வேண்டுகோளின்மேல் திருநாரையூர் நம்பியாண்டார் நம்பி பதினொன்றாக வகுத்தார் என்று திருமுறை கண்ட புராணம் என்னும் நூல் தெரிவிக்கிறது.

எழு திருமுறைகளாக முதலில் தேவாரத்தை வகுத்துப் பிறகு மற்றவற்றை நான்காக வகுத்தார்.

"ஆகவளர் திருமுறைஏழ் அருட்டிருவா சகமொன்று-
மோகமெறி திருவிசைப்பா மலைமுறை ஒன்றுசிவ
போகமிகு மந்திரமாம் முறையொன்று புகழ்பெறவே
பாகமிகும் திருமுறைகள் பத்தாக வைத்தார்கள்"

என்பதில் திருவிசைப்பா ஒன்பதாந் திருமுறையாக வகுக்கப் பெற்ற செய்தி வருகிறது. இதில் திருவிசைப்பா மாலை என்று இத்திருமுறை சொல்லப் பெற்றிருக்கிறது.

முதல் இராச ராசன் காலத்தில் இத் திருமுறைகளை வகுத்தாலும் திருவிசைப்பாவில் பின்னரும் சில பாடல்கள் சேர்க்கப் பெற்றிருக்க வேண்டும். முதல் ராசராசனுடைய மகனான இராசேந்திர சோழன் கட்டியது கங்கை கொண்ட சோளேச்சரம். கங்கை கொண்ட சோழன் என்பது அவன் பெயர்களில் ஒன்று. அந்தத் தலத்தைப் பற்றிக் கருவூர்த்தேவர் பாடிய பதிகம் ஒன்று திருவிசைப்பாவில் சேர்ந்திருக்கிறது. இப்பதிகம் நம்பியாண்டார் நம்பி திருமுறை வகுத்ததன்பின் எழுந்தது. இப்படி வேறு பதிகங்களும் சேத்திருத்தல் கூடும்; அல்லது இராசராசேச்சரப் பதிகம் இருப்பதால் இதுவும்

சேர்ந்திருக்க வேண்டும் என்ற எண்ணத்தால் அந்த ஒன்றை மாத்திரம் கூட்டியிருக்கலாம்.

திருவிசைப்பாவில் ஒன்பது பெரியோர்கள் பாடிய இருபத்தொன்பது பதிகங்கள் இருக்கின்றன; இப்போது உள்ள பாடல்கள் 301. திருவிசைப்பாவைப்பற்றிக் கூறும் பழம்பாடல் ஒன்றில் பதிக எண்ணிக்கையும் பாடல் தொகையும் உள்ளன.

"அடைவுறுமா ளிகைத்தேவர் நான்கு, சேந்தர்
அன்புறுபல் லாண்டொன்றோ டிசைப்பாமூன்று,
திடமுடைய கருவூரர் பத்து, வீறிற்
சிறந்தகா டவர்இரண்டு, கண்டர்வே ணாடர்
படிபுகழ்ஒவ் வொன்று, திருவாலி நான்கு,
பன்னுபுரு டோத்தமனார் இரண்டு, சேதிராயர்
உடைய திருக் கடைக்காப்பொன் றாகஇரு பத்தொன் பான்ஓது
செய்யுள்முந்நூற் றறுபதினோடைந்தே."

இதில் செய்யுள் 365 என்று காணப்படுகிறது. எஞ்சிய 64 செய்யுட்களும் மறைந்தன போலும்!

திருவிசைப்பாவில் உள்ள பாடல்களின் ஆசிரியர் திருமாளிகைத்தேவர், சேந்தனார், கருவூர்த்தேவர், பூந் துருத்தி நம்பி காட நம்பி, கண்டராதித்தர், வேணாட்டடிகள், திருவாலியமுதனார், புருடோத்தம நம்பி, சேதிராயர் என்னும் ஒன்பது பேர். இவர்கள் பாடிய பாடல்கள் கோயிலாகிய சிதம்பரம், திருவீழிமிழலை, திருவாவடு துறை, திருவிடைக்கழி, திருக்களந்தை ஆதித்தேச்சரம், திருக்கீழ்க் கோட்டூர் மணியம்பலம், திருமுகத்தலை, திரைலோக்கிய சுந்தரம், கங்கைகொண்ட சோளேச்சரம், திருப்பூவணம், திருச்சாட்டியக்குடி, தஞ்சை இராசரா சேச்சரம், திருவிடைமருதூர், திருவாரூர் என்னும் தலங்களைப் பற்றியவை. சிதம்பரத்தைப் பற்றிய பதிகங்கள் பதினாறு. மற்றத் தலங்களில் ஒவ்வொன்றும் ஒவ்வொரு பதிகத்தை உடையது. ஒன்பது பேர்களும் கோயிலைப் பாடியிருக்கிறார்கள்.

சேந்தனார் பாடிய பதிகம் ஒன்று திருவிடைக்கழி முருகனைப்பற்றியது; மற்றொன்று திருப்பல்லாண்டு. இந்த 29 பதிகங்களில் ஏழு அந்தாதியாக அமைந்திருக்கின்றன. இறைவன் திருவடி முதல் திருமுடிவரையில் வரிசையாக வைத்துப் போற்றும் பாதாதி கேசமாக இரண்டு உள்ளன.

இவற்றைப் பாடியவர்களில் திருமாளிகைத் தேவரும் கருவூர் தேவரும் சித்தர்கள். பூந்துருத்தி நம்பி காடநம்பி, புருடோத்தம நம்பி என்னும் இருவரும் அந்தணர். கண்டராதித்தர், வேணாட்டடிகள், சேதிராயர் என்போர் மன்னர் குலத்தில் தோன்றியவர்கள்.

இசைப்பா என்பதற்கு இசையுடன் பாடும் பாட்டு என்றும், இறைவன் புகழைச் சொல்லும் பாடல் என்றும் இரண்டு வகையாகப் பொருள் விரிக்கலாம். இதில் உள்ள பதிகம் ஒவ்வொன்றுக்கும் பண் வரையறுக்கப் பெற்றிருக்கிறது. பஞ்சமம், காந்தாரம்,புறநீர்மை, சாளரபாணி, நட்டராகம், இந்தளம் என்னும் ஆறு பண்களில் அவை அமைந்திருத்தலைக் காணலாம். இந்த வரையறையைக் கொண்டு தேவாரங்களைப் போலவே இவற்றையும் அக்காலத்தில் பண்ணுடன் பாடினார்கள் என்று தெரிய வருகிறது. திருவிசைப்பாவைப் பலர் பாடியதனால் அதில் உள்ள பாடல்கள் பலருக்கும் தெரிந் திருந்தன. அவற்றைச் சிறப்பாக மதித்துப் போற்றினார்கள். முதல் இராசராச சோழன் தஞ்சைப் பெரிய கோயிலில் தொண்டு புரியும் பொருட்டுப் பல இடங்களிலிருந்து கொணர்ந்து நிறுவிய உருத்திரகணிகையர்களின் பெயர்கள் கல்வெட்டுக்களில் காணப்படுகின்றன. நீறணி பவளக் குன்றம், எடுத்த பாதம், மழலைச் சிலம்பு என்பன சில பெயர்கள். இவை,

"நீறணி பவளக் குன்றமே நின்ற
நெற்றிக்கண் உடையதோர் நெருப்பே"

என்ற திருமாளிகைத்தேவர் திருவாக்கிலும்,

**"வாமத் தெழிலார் எடுத்த பாதம்
மழலைச் சிலம்பார்ப்ப"**

என்ற திருவாலியமுதனார் வாக்கிலும் வரும் தொடர்கள். திருவிசைப்பாவில் உள்ள பாடல்கள் சிறப்புற்று வழங்கியதற்கு இது நல்ல சான்று.

இந்தப் புத்தகத்தில் பதின்மூன்று பாடல்களைப் பற்றிய கட்டுரைகள் உள்ளன. திருமாளிகைத் தேவர் பாடல் ஒன்றும் சேந்தனார் பாடல்கள் மூன்றும் கருவூர்த் தேவர் பாடல்கள் ஏழும் பூந்துருத்தி நம்பி காட நம்பி பாடல் ஒன்றும் வேணாட்டடிகள் பாடல் ஒன்றும் வந்துள்ளன.

இறைவனுடைய பலவகைப் பெருமையும், அன்பர்களுக்கு அநுபவப் பொருளாக நின்று இனிக்கும் சிறப்பும், தகுதி பாராது அருள் செய்யும் கருணையும், மிக உயர்ந்த நிலையிலிருந்து எளிவந்து அருளும் சௌலப்பமும் இதில் காணும் திருவிசைப்பாப் பாடல்களில் வருகின்றன.

காலதேச வர்த்தமானத்துக்கு அகப்படாத பரம் பொருள் உலகில் உள்ள உயிர்க்குலம் உய்யும்பொருட்டு உருவ முடையவனாக எழுந்தருளும்போது மேற் கொள்ளும் அருள் திருக்கோலத்தின் அழகையும், இறைவனுடைய ஆற்றலையும் அருளையும் விளக்கும் அடையாளங்களையும் இந்த அருளாளப் பெருமக்கள் எப்படியெல்லாம் பாடிக் களிக்கிறார்கள்!

அவன் ஒளி வளர் விளக்காகவும் உலப்பிலா ஒன்றாகவும் உணர்வு சூழ் கடந்ததோர் உணர்வாகவும் தெளி வளர் பளிங்கின் திரள்மணிக் குன்றாகவும் கரையிலாக் கருணைமா கடலாகவும் மற்றவரறியா மாணிக்க மலையாகவும் நம்பனாகவும் சத்தியாக வும் சிவமாகவும் உலகெலாம் படைத்த தனி முழு முதலாகவும் உலகுக்கு வித்தாகவும் இருக்கிறான். அடியவர்களுடைய சித்தத்தில் தித்திக்கும் தேனாகவும், அளிவளர் உள்ளத்தில் ஆனந்தக் கனியாகவும் விளங்குகிறான். கற்றவர் விழுங்கும் கற்பகக் கனி அவன்;

மதிப்பவர் மன மணிவிளக்கு அவன். அவன் திருமுகம் அன்பர்களுக்கு நிறைய ஆனந்தம் பொழியும். நையாத மனத்தினரையும் நைவிக்கும் அழகுடையவன். மிகப் பெரியவனாகிய அவன் அடியார் மனத்துட் புகும் எளிமை யுடையவன்; அவர் நெஞ்சமே கோயிலாக வீற்றிருப்பவன்; அவருக்குக் கன்னலாகவும், தேனாகவும், இனிக்கிறவன்; அன்பர் சிந்தை தெளிகையில் அங்கே புகுந்து நிற்கிறவன்; அவர்கள் அறிவிற் கலந்து விளங்குபவன்; அவர்களுக்குக் கண்மணி போன்றவன்; பக்தியாய் உணர்பவர்கள் நுகருமாறு அருளைப் பொழிபவன்; அமுத மொத்து அவருக்குத் தித்தித்திருப்பவன்; அவரை எப்போதும் தன்னை நினைக்கும்படி செய்பவன்; அவர்களிடம் செல்லுவதை ஒருகாலும் நிறுத்தாதவன்; அவர்கள் பின்னும் பிறவாவண்ணம் அருள் வழங்குபவன்.

அவனே அம்பலம் ஆடரங்காகத் தெய்வக்கூத்தை உகந்த நடராசப் பெருமானாக விளங்குகிறான்; செற்றவர் புரங்களைச் செற்றான்; சிவன் என்னும் திரு நாமம் தாங்கினான்; நீல கண்டமும் பவளம் போன்ற திருவாயும் முத்தனைய மூரலும் இன்பம் பொங்கும் திரு முகமும் உடைய பேரழகுக் கோலம் உடையவன்; ஆலத்தை உண்டான்; அயன் அன்னமாய்த் தேடவும் மால் தேடவும் அறியாதவன்; முக்கண்ணும் நாலு தோளும் உடையவன்; திருவாரூரில் வீதி விடங்கனாக வந்தவன்; உமைக்குக் கணவன்; பித்தனாகத் தோற்றுபவன்.

அவனை அன்பர்கள், "உன்னை அடியேன் எப்படிப் புகழ்வது என்பதை நீயே அருள் செய்வாயாக" என்று வேண்டுவார்கள். அவ்னைக் கண்டு கண்டு உள்ளம் குளிர்வார்கள். கண்ணும் குளிர்வார்கள். கண் பனி அரும்ப, கைகளைக் கூப்பி "ஓலம்" என்று முறையிட்டு, என்பெல்லாம் உருகும்படி நிற்பார்கள். அவன் கோலத்தைக் கண்டு, "அச்சோ! அழகிதே!" என்று குழைவார்கள். அவனுடைய உலாவைக் கண்டு மன முருகிக் கையாரத் தொழுது கண்ணார நீர் சொரிவார்கள். இறைவன் தமக்கு எளியனாய் வந்ததை மறவாமல் பாராட்டுவார்கள். அவன் திருவடியை எப்படி அடைய வேண்டுமோ அப்படி

அடைவார்கள். பாசக் கடல் கடந்து ஐந்து பொறிகளால் உண்டாகும் வேதனையினின்றும் விடுதலை பெறுவார்கள். இறைவன் தம் நெஞ்சில் கலந்து நின்றதை எண்ணி எண்ணி உருகிப் புலம்பிக் கண்ணருவி சோர்வார்கள். நின்றும் நினைந்தும் இருந்தும் கிடந்தும் எழுந்தும் தொழுவார்கள். கன்றைப் பிரித்த பசுவைப் போலக் கதறுவார்கள். அவனைப் பல்லாண்டு பாடி வாழ்த்துவார்கள்.

சேந்தனார் பாட்டில் முருகன் பெருமை வருகிறது. அவன் மலைமகள் மதலை; தேவர் குலம் முழுவதையும் ஆளுவோன்; குமரவேள்; வள்ளிதன் மணாளன்; வேல் உலாம் தடக்கை யுடையவன்; சேந்தன்; திருவிடைக் கழியில் குராமரத்தின் நிழலில் எழுந்தருளியிருப்பவன்.

இந்தப் பதின்மூன்று பாடல்களில் சில தலங்களின் இயற்கை நலங்களும் செயற்கைச் செல்வமும் அழகாக வருணிக்கப் பெற்றுள்ளன. திருவிடைக்கழிக் கழனிகளில் சேல்மீன்கள் உலாவுகின்றன. பெரும் பற்றப் புலியூராகிய சிதம்பரத்தில் வண்டுகள் பண்கள் பாடி ஆடு கினறன. மாளிகை முகப்பில் சண்பகம் அரும்புகின்றது. திருப்பூவணத்தில் ஆவண வீதியில் நெடுநிலை மாடங்கள் இருக்கின்றன; அங்கே சாளரங்களின் அருகில் வைத்த நிலை விளக்குகள் இரவில் இருளைக் கிழித்து இலங்குகின்றன. தஞ்சையில் பெரிய மதில் சூழ்ந்திருக்கிறது. மலையைப் போன்ற தோற்றமுடைய நாடகசாலைகளில் இளமயிலனைய மகளிர் இனிய நடம் பயில்கின்றனர்.

ஊரின் பெயர் வேறாகவும் அங்குள்ள ஆலயத்தின் பெயர் வேறாகவும் பல இடங்களில் இருக்கின்றன. பெரும் பற்றப் புலியூரில் உள்ள கோயில் திருச்சிற்றம்பலம். திருக்களந்தையில் உள்ளது ஆதித்தேச்சுரம். கோட்டூரைச் சார்ந்த ஆலயம் திரை லோக்கிய சுந்தரம் (இது இப்போது ஊராக இருக்கிறது). கங்கை கொண்ட சோழபுரத்தில் உள்ளது கங்கைகொண்ட சோளேச்சரம். தஞ்சை மாநகர்க்கோயிலின் பெயர் இராசராசேச்சுரம்.

திருவிசைப்பாவிலுள்ள பாடல்களில் பெரும்பாலானவை எழுசீர்க்கழிநெடிலடி யாசிரிய விருத்தங்களாக அமைந்தவை. இதில் உள்ள பாடல்களில் பத்து அவ்விருத்தங்களே *(1,2,3,4,5,7,8,9,10,11)* இரண்டு தரவு சொச்சகக் கலிப்பா *(6,12)*. திருப்பல்லாண்டு வெண்டளை அமைந்த பாடல்.

வழக்கம்போல் பாடற்பொருளுக்கு ஏற்றபடி நிலைக் களன்களை அமைத்துக் காட்சியாகவும் எண்ணக் கோவை யாகவும் உரையாடலாகவும் இந்தக் கட்டுரைகளை எழுதியுள்ளேன். முன்னுள்ள புத்தகங்களில் சில கருத்துக்களை விரிவாக விளக்கியிருக்கிறேன். ஆதலால் இதில் அக்கருத்துக்கள் வரும் இடங்களில் விரிவாக எழுதவில்லை.

அருளநுபவம் பெற்றவர்களுடைய வாக்குக்கும் புலமை யாற்றலால் பாடுவோர் வாக்குக்கும் வேறுபாடு உண்டு. இறைவனுடைய அருளினால் விளைந்த இன்பத்தை நினைக்கும் போது அன்பர்களுக்கு வியப்பும் பெருமிதமும் கொந்தளிக்கின்றன. அப்போது பாட்டு எழுகிறது. பக்தி உணர்ச்சி மிகுதியாக இருந்தால் சொல்லுகிற விஷயம் அடைவாக இராது. காரண காரியத் தொடர்பு காண்பது அரிது. ஒரே அநுபவ அதிசயமாக இருக்கும். ஆயினும் அதனூடே அருளின் இழை ஓடும். அநுபவம் சுருதி போடும். புலமை மிக்கவர் வாக்கிலே பூத்தொடுத்தாற் போன்ற தொடர்பு இருக்கலாம். இலக்கண ஒழுங்கு பிறழாத அமைதி இருக்கலாம். கற்பனை வளம் இருக்கலாம். ஆனால் அநுபவ முதிர்ச்சியினால் அமையும் ஒளியை அவற்றில் இத்தனை சிறப்பாகக் காண இயலாது. அவற்றைப் படிக்கும்போது இலக்கிய இன்பத்தை நுகர்கிறோம். இவற்றைப் படிக்கும்போதோ அருளநுபவச் சோலையின் நிழலிலே உள்ளமும் உயிரும் குளிர்வதுபோன்ற உணர்ச்சி உண்டாகிறது. பாட்டைப் படித்த பிறகு பாடியவரை நினைக்கச் செய்யும் பாடல்கள் அவை. இப்பாடல்களிலோ பாட்டின் பொருளாகிய ஒன்றில் புகுகிறோம். நமக்குத் தெளிவு படாமல் இருந்தாலும் இன்னதென்று சொல்ல இயலாத ஒருவகைப் பிரமை உண்டாகிறது. சிறிதே பக்தியுணர்வும் கலந்துவிட்டால்

இன்ப அநுபவத்தின் லேசம் எங்கோ தொலை தூரத்தில் கண் சிமிட்டுவது போல இருப்பதைக் காணலாம்.

இந்த நாட்டுப் பக்திப் பாடல்களின் சிறப்பு இது. தமிழர்கள் மிகவும் கொடுத்துவைத்தவர்கள். உள்ளத்தைக் கனியவைக்கும் இத்தகைய பாடல்களை அவர்கள் பெற்றது போல் வேறு யார் பெற்றிருக்கிறார்கள்?

கி.வா.ஜகந்நாதன்

ஒளி வளர் விளக்கு

திருவிசைப்பாவில் முதல்நூல் திருமாளிகைத் தேவர் திருவிசைப்பா. திருமாளிகைத் தேவர் கோயிலாகிய சிதம்பரத்தைப் பற்றியே நான்கு பதிகங்கள் பாடியிருக்கிறார். முதல் மூன்றும் பஞ்சமப் பண்ணிலும் நான்காவது காந்தாரப் பண்ணிலும் அமைந்தது.

இறைவனை நாம் பாடிப் பணிந்து போற்ற முயல்கிறோம். நம்முடைய உடம்பு, உரை, உள்ளம் ஆகிய கரணங்கள் குறைபாடுடையவை. இறைவனோ பரிபூரணன்; நிறைவை உடையவன். அவன் புகழைப் பேசுவதற்கும் நினைப்பதற்கும் அவனைப் பணிவதற்கும் குறைபாடுடைய நம் கரணங்களுக்கு ஆற்றல் இல்லை. என்றாலும் அவனுடைய திருவருள் இருந்தால் ஒருவாறு போற்றலாம்.

அவன் அருள் வழிகாட்டாவிட்டால் அவனைப் பக்தி பண்ணும் பாக்கியம் நமக்குக் கிட்டாது. மாணிக்கவாசகர், "அவனருளாலே அவன்தாள் வணங்கி" என்று சொல்கிறார். அவன் அருளைப் பெறவேண்டும் என்ற ஆசையால்தான் அவனை வணங்குகிறோம். அப்படி வணங்குவதற்கும் அவன் அருள் வேண்டியிருக்கிறது. சில தண்ணீர்க் குழாய்களில் அடித்தால் தண்ணீர் வராது. சிறிதளவு தண்ணீரை அதில் விட்டு அடித்தால நிறையத் தண்ணீர் வரும். அது போல இறைவனை வணங்கவே முதலில் அவன் திருவருள் செய்ய வேண்டும். அப்படி வணங்கினால் அவனுடைய பேரருளைப் பெறலாம்.

திருமாளிகைத் தேவர் முதல் பதிகத்தில் இறைவனை வேண்டிக் கொள்கிறார். "சிதம்பரத்தில் ஒளி மயமாக எழுந்தருளி யிருக்கின்ற பெருமானே! உன்னைப் பணிந்து, பாடி ஆடிப் போற்றவேண்டும் என்ற ஆசை எனக்கு

இருக்கிறது. நான் உனக்குத் தொண்டன். உன் திருவருள் நான் இப்படிச் செய்ய வேண்டுமென்று காட்டாவிட்டால் நான் என்ன செய்வேன்! நான் உன்னை எப்படி விளம்ப வேண்டுமென்பதை நீதான் விளம்ப வேண்டும். எப்படிப் பணிய வேண்டும் என்பதைப் பணிக்க வேண்டும். எப்படிக் கருத வேண்டுமோ அப்படி நான் கருதும்படி நீ உன் திருவுள்ளத்தில் கருதவேண்டும். உன் புகழை உரைக்கு மாற்றை உரைக்க வேண்டும். உன்னை நணுகும் படியாக நீ என்னை நணுக வேண்டும். இசையுறுமாறு இசைத்து, நுகரும்படி நுகர்ந்து புணரும்படி புணர்ந்து, தொடரும்படி தொடர்ந்து, விரும்புமாறு விரும்பி, நினையும்படி நினைத்தருள வேண்டும்" என்று பதினொரு பாடல்களால் விண்ணப்பம் செய்கிறார்.

'நாம் பக்தி பண்ணினோம்; பாடினோம்; அர்ச்சனை செய்தோம்; அதனால் ஆண்டவன் அருள் செய்தான்' என்று நினைப்பது அகங்காரம். 'ஆண்டவன் திருவுள்ளம் வைத்து நம்மையும் தன் அடியைப் பாடச் செய்தான்; பணியச் செய்தான்' என்று நினைப்பதே உண்மை அன்பர்களுக்கு இலக்கணம்.

சிதம்பரத்தில் எழுந்தருளியிருக்கும் எம்பெருமானைத் திருமாளிகைத் தேவர் எவ்வளவு அழகாகப் போற்றுகிறார்! நாம் இருட்டில் தடுமாறுகிறவர்களைப் போல இருக்கிறோம். "இருள் தருமா ஞாலம்" என்றும், "மாயிருள் ஞாலம்" என்றும் இவ்வுலகத்தைப் பெரியோர்கள் சொல்கிறார்கள். அறியாமை யென்னும் இருள் நிரம்பியது இவ்வுலகம்.

கண் இருந்தாலும் இருட்டறையில் புகுந்தால் பொருள்களின் உருவம் நமக்குத் தெரிவதில்லை. கையால் தடவிப் பார்த்து எப்படி எப்படியோ நினைக்கிறோம். அந்த அந்தப் பொருளின் உருவம் தெரியாமல் திகைக்கிறோம். அப்படியே ஞானம் இன்மையால் பொருளின் தன்மை உள்ளபடி நமக்குத் தெரிவதில்லை.

"எப்பொருள் எத்தன்மைத் தாயினும் அப்பொருள் மெய்ப்பொருள் காண்ப தறிவு"

என்று திருவள்ளுவர் சொல்கிறார். எந்தப் பொருள் எப்படி இருந்தாலும், புறக்கண்ணுக்கு எவ்வாறு தோற்றினாலும், அதனுடைய உண்மைத் தன்மையை ஆராய்ந்து பார்ப்பதுதான் அறிவு அல்லது ஞானம். நமக்கு ஞானம் இல்லாமையால் ஒன்றை மற்றொன்றாக எண்ணித் தடுமாறுகிறோம். நிலையற்ற பொருள்களையெல்லாம் நெடுங்காலம் சதமென்றும், பயனற்ற பொருள்களைப் பயன் உள்ளவை என்றும் எண்ணி ஏமாந்து போகிறோம். இருட்டறையில் இருப்பவன் நிலையும் அதுதானே? அவனுக்குக் கண் இருந்தாலும் பயன்படுவதில்லை. ஒரு விளக்குக் கிடைத்தால் அதைக் கொண்டு பொருள்களின் உருவத்தைக் கண்டு கொள்ளலாம்.

மனிதனுக்கு ஞானம் இருக்கிறது; அகக்கண் இருக்கிறது. ஆனால் அது பயன்படவில்லை. புறக்கண் இருந்தும் இருளில் பயன்படாதபோது விளக்கு அந்தக் கண்ணைப் பயன்படும்படி செய்வதுபோல அகக்கண் பயன்படவும் ஓர் அகவிளக்கு வேண்டும். மாயாந்தகாரத்திலே சிக்கி உழலும் மனிதனுக்குப் பொருள்களின் உண்மை எப்படி விளங்கும்? மாயை இருளைப் போக்கி ஞானக் கண்ணைப் பயன்படும்படி செய்ய இறைவனது அருள்விளக்கு வேண்டும். இறைவனே விளக்கைப் போன்றவன்; அவனிடத்திலிருந்து பரவுவது அறிவொளி.

ஞானக் கண்ணைப் பயன் பெறவைக்கும் ஒளி விளக்காக இறைவன் இருக்கிறான்.

புற இருளைப் போக்கும் விளக்கு, எண்ணெய், திரி என்பவை குறைந்தால் மங்கிவிடும். மின்சார விளக்கோ மின்சார சக்தி இல்லாமற் போனாலும், பல்பு கெட்டுப் போனாலும் எரியாது. எந்த விளக்கானாலும் எரிய எரியச் சக்தி குறைந்து கொண்டே வரும். ஆனால் மாயை இருளைப் போக்கி ஞானக்

கண்ணைப் பார்க்க வைக்கும் இறைவனாகிய விளக்கின் ஒளி மேன்மேலும் வளர்ந்து கொண்டே இருக்கும்.

ஒளிவளர் விளக்கே !

எப்படி அது வளர்கிறது?

நாம் வைக்கும் விளக்குக்கு இட எல்லை உண்டு ஓர் அறையில் வைத்தால் அடுத்த அறைக்குத் தெரியாது. எத்தனைதான் பிரகாசமாக இருந்தாலும் சில மைல் தூரத்துக்குத்தான் தெரியும்; அப்பால் தெரியாது. ஆனால் இறைவனாகிய விளக்கு எல்லா இடத்திலும் ஒளியைப் பரப்பி வளர்வது. இட எல்லை அதற்கு இல்லை.

புற இருளைப் போக்கும் விளக்குக்குக் கால எல்லையும் உண்டு. விளக்கு நிறைய எண்ணெய் போட்டு வைத்தாலும் சில மணி நேரமே எரியும். ஆண்டவன் அத்தகையவன் அல்லன். அவன் எந்தக் காலத்திலும் மேன்மேலும் ஒளி வளர்ந்து கொண்டிருக்கும் விளக்கு.

இறைவன் எந்தக் காலத்திலும் அழியாத நித்தியப் பொருள். நாம் காணும் பொருள்களிற் பல நெடுங்காலம் இருப்பனவாகத் தோன்றுகின்றன. நம் முன்னோர்கள் காலத்தில் அவை இருந்தன; நம் காலத்திலும் இருக்கின்றன; நமக்குப் பின்பும் அவை இருக்கும். மலைகள் அத்தகையவை; ஆறுகள் நெடுங்காலமாக ஓடுபவை; கடல்களும் பல காலமாக இருப்பவை. ஆனால் பூமியின் வரலாற்றை விஞ்ஞான முறையில் ஆராய்ந்த விஞ்ஞானிகள் பல மலைகள் பல்லாயிரம் ஆண்டுகளுக்கு முன்னே தோன்றின என்று சொல்கிறார்கள். பல பலைகள் பூமிக்குள் அழுந்திப் போயினவாம். இப்போதுள்ள மலைகளும் இப்படியே இருக்கும் என்று சொல்ல முடியாதாம். ஆறுகளும் கடல்களும் கூட அப்படி உள்ளவைகளே என்று விஞ்ஞானிகள் சொல்கிறார்கள். அப்படியானால் அவை அழியக் கூடியவைகளே என்று திட்டமாகச் சொல்லலாம். மலை, ஆறு, கடல் இவற்றைத் தன்பால் கொண்ட பூமியும் ஒரு காலத்தில்

அழிவதுதான். சூரியன் முதலிய கிரகங்களும் அழிவனவே. இப்படி எல்லாவற்றின் ஜாதகத்தையும் பார்த்துக் கொண்டே போனால் ஒன்றாவது அழியாமல் நிலைத்து இருப்பதாகத் தெரியவில்லை. உயிரும் பல உடம்புகளிற் புகுந்து புகுந்து புறப்படுகிறது. ஒன்றே ஒன்றுதான் அழிவு இன்றி நிலைத்து நிற்பது. அதுவே பரம்பொருள்.

அழிவு இல்லாத பொருள் ஒன்றுதான். அந்த ஒன்றே கடவுள். அவன் உலப்பிலாதவன். அவனைப் போல உலப்பிலாத பொருள் வேறு ஒன்றும் இல்லை.

உலப்புஇலா ஒன்றே!

(உலப்பு - அழிவு.)

இறைவன் ஒளி வளர் விளக்காக இருக்கிறான்; உலப்பிலா ஒன்றாக இருக்கிறான். அவனை உணர்பவர்கள் யார்? அவன் உணரப்படும் பொருள்தானா?

ஆம்! அவன் உணரப்படும் பொருளாக இருப்பவனே. ஆனால் அவனை உணரும் உணர்வு மற்ற உணர்வைப் போன்றது அன்று. நாம் உணரும் உணர்வுகள் இந்திரியங்களால் பெறுபவை. உலகத்துப் பொருள்கள் யாவும் ஐம்பொறிகளால் நுகரப்படுபவை. அந்த நுகர்ச்சி இருவகைப்படும். இன்பம் என்றும் துன்பம் என்றும் உள்ளவை அவை. இந்த நுகர்ச்சிகள் அழிந்து போகின்றவை. அவற்றிற்குரிய பொருள்களும், அவற்றை நுகரும் பொறிகளும் நிலையில்லாதன, ஆதலின் அவற்றால் அமையும் இன்ப துன்ப உணர்வுகளும் நிலையின்றி அழிவன. இறைவனோ உலப்பிலாத ஒன்று. அவனால் வரும் நுகர்ச்சி அழியாதது; அழியும் இந்திரியங்களின் உணர்வுகளுக்கு அப்பாற்பட்டது.

இந்திரியங்களுக்கு விஷயமாகிற அத்தனையும் மாயா லோக ராஜ்யத்தில் உள்ளவை. அவற்றால் உண்டாகும் சிற்றின்பம் உண்மையில் இன்பமே அன்று; துன்பத்துக்கு விதை. இறைவனோ பேரின்பமயமானவன்; ஆனந்த மூர்த்தி

அவனை எல்லைக்குட்பட்ட இந்திரியங்களால் உணர ஒண்ணாது.

சுற்றும் கிடந்த பொருள்களை நாம் இந்திரியங்களால் உணர்கிறோம்; நுகர்கிறோம். அந்த நுகர்ச்சிக்கு அப்பாற்பட்ட அநுபவப் பொருளாக இருப்பவன் இறைவன். அந்த அநுபவத்தையே இன்பத்துக்கும் துன்பத்துக்கும் அப்பாற்பட்ட ஆனந்தம் என்று சொல்வார்கள். உணர்வுகளின் சூழலை யெல்லாம் கடந்த உணர்வாக இறைவன் இருக்கிறான்.

உணர்வு சூழ் கடந்ததோர் உணர்வே!

(சூழ் - சூழல், உணர்வு - நுகர்ச்சி.)

இறைவனைச் சச்சிதானந்த உருவன் என்று சொல்வார்கள். சத்து என்பது நித்தியமான தன்மை. அறிவான தன்மை சித்து. சுகதுக்கம் கடந்த இன்பமே ஆனந்தம். ஒளிவளர் விளக்கே என்றது, இறைவன் அறிவுருவாகி நிற்கும் சித்துப் பொருள் என்பதைப் புலப்படுத்தியது. உலப்பிலா ஒன்றே என்றது, அழியாமல் நித்தியமாக நிற்கும் சத்துப் பொருள் என்பதைக் குறிப்பித்தது. உணர்வு சூழ் கடந்ததோர் உணர்வே என்றது, அவன் பிற நுகர்ச்சிகளின் எல்லையைக் கடந்த, அநுபவமாகிய ஆனந்தப் பொருள் என்பதைத் தெளிய வைக்கிறது. சச்சிதானந்தப் பரம்பொருளே என்று கூறுவதையே வேறு வகையில் திருமாளிகைத் தேவர் சொல்கிறார்.

ஒளிவளர் விளக்கே! உலப்பிலா ஒன்றே!
உணர்வுசூழ் கடந்ததோர் உணர்வே!

இறைவனுக்குத் தனியே இன்னதென்று சுட்டிக் காட்டும் உருவம் ஒன்றும் இல்லை. ஆனாலும் அவன் பல திருக்கோலங்களில் தன்னை வழிபடும் அன்பர்களுக்கு அருள் செய்கிறான். அந்த உருவங்கள் வழிபடுபவர்களுடைய மன இயல்புக்கு ஏற்ற வகையில் அமைந்திருக்கின்றன. இறைவன் தூயனாய்ச் சூன்யப் பொருளாய்ப் பளிங்குபோல

இருக்கிறான். தெளிவாக உள்ள பளிங்கு மலையாக இருக்கிறான். தனக்கு முன் நிற்பவன் எந்தக் கோலத்தோடு நிற்கிறானோ அந்தக் கோலத்தைப் பளிங்கு காட்டும். பளிங்குக்கு நிறம் இல்லை. தன்முன் இருக்கும் பொருளின் நிறத்தை அது காட்டும். இறைவன் தன்னை வழிபடும் அடியவர்களுடைய விருப்பப் படியெல்லாம் கோலங்கொண்டு அருள் தருவான். வழிபடும் அன்பர்களுக்கு இன்பந் தரக் கொண்ட கோலமேயன்றித் தனக்காகக் கொண்டவை அல்ல அவை. அவன் சுத்த சிவம். தெளிந்த பளிங்கு போன்றவன். தனக்கென்று குணமோ குறியோ இல்லாதவன். அன்பினாலே தன்னை அணுகுவாருடைய உள்ளத்தில் எப்படி நினைக்கிறார்களோ அப்படித் தோன்றுகிறவன்.

தெளிவளர் பளிங்கின் திரள்மணிக் குன்றே!

(தெளி - தெளிவு. பளிங்கு - கண்ணாடி. மணி - அழகு.)

அன்பர்களுக்கு உள்ளத்துள்ளே நின்று இனிக்கும் பெருமான் அவன்.

உலகிலேயே புகுந்து மயங்கி, மக்களையும் பண்டங் களையும், நிகழ்ந்ததையும் நிகழப் போவதையும் எண்ண எண்ண மனிதனுக்கு மனத்தில் ஆறுதல் உண்டாவதில்லை. முந்திரிப் பழத்தைத் தின்னும்போது ஒருவிதத் தித்திப்பு இருந்தாலும் பிறகு தொண்டையில் காறல் இருந்து கொண்டே இருக்கும். உலகத்துச் சிற்றின்பங்களால் படியும் வண்டலாகிய எண்ணங்கள் சித்தத்திலே கிடந்து கசக்கும்: இறைவனோ அந்தக் கசப்பைப் போக்கித் தித்திக்கிறவன்.

சித்தத்துள் தித்திக்கும் தேனே!

இறைவன் எல்லாருடைய உள்ளத்திலும் இருக்கிறான். ஆனால் அனைவருக்கும் அவன் புலப்படுவதில்லை. பெரிய வீடு கட்டிக் கம்பிகளும் விளக்குகளும் விசிறிகளும் போட்டாலும் பயன் இல்லை. பொத்தானை அமுக்கினால்

விளக்கு எரியாது. விசிறி சுழலாது. மின்சார சக்தி வந்தாலன்றி, இணைப்புக் கொடுத்தாலொழிய, விளக்கு எரியாது. அப்படியே இறைவன் நம் உள்ளத்தில் இருந்தாலும் அவனால் அடையும் ஆனந்தத்தை எல்லோரும் பெற இயலாது. உள்ளத்தில் அன்பு என்னும் மின்சாரத்தை இணைத்தால் ஆண்டவனுடைய அருளின்பத்தைப் பெறலாம். அன்பு வளர்கின்ற உள்ளத்திலே ஆனந்தப் பழமாக, இன்பப் பெருங் கனியாக நிற்கிறவன் எம்பெருமான்.

மற்றவர்கள் உள்ளத்தில் இலைமறை காய்போல் இருக்கும் இறைவன் அன்பு வளர்கின்ற உள்ளத்தில் அருள் பழுத்து நிற்கிறான். அன்பினால் அருளை வாங்கவேண்டும். "அருள்என்னும் அன்பீன் குழவி'' என்று வள்ளுவர் கூறுகிறார். மறைவிலே காய் இருந்தாலும் அது பழுத்துவிட்டால் அதன் மணம் பரவத் தொடங்கும். அதனால் பழம் இருப்பது தெரியும். அது பழுப்பதற்குறிய சூழ்நிலை அன்பினால் உண்டாகும்.

அளிவளர் உள்ளத்து ஆனந்தக் கனியே!

(அளி - அன்பு.)

சச்சிதானந்தப் பரம்பொருளாய், குணங்குறியிலாத வஸ்துவாய், பக்தர்கள் சித்தத்தில் தித்திக்கும் தேனாய் இருக்கின்றவன் யாவரும் காணச் சிதம்பரத்தில் உள்ள சிற்றம் பலத்தில் வெளிப்படையாக நடனம் செய்யும் திருக்கோலத்தைக் காட்டுகிறான். மனவாக்குக் கடந்த பொருளாக இருந்தாலும் ஆருயிர்களிடம் உள்ள கருணையால் உருவத் திருமேனி கொண்டு காட்சி அளிக்கிறான். பெரியோர்களுக்குக் காட்சியருள, அவர்கள் அந்த உருவங்களை ஏனையோரும் கண்டு உய்யும்படி அங்கங்கே நிறுவிப் பூசனை புரிந்து சென்றார்கள். அப்படி உள்ள தலங்களில் சிறந்தது திருத்தில்லை. கோயில்களில் எல்லாம் சிறந்ததாதலின் அதைக் கோயில் என்றே வழங்குகிறார்கள்.

அங்குள்ள அம்பலத்தை ஆடும் இடமாகக் கொண்டு இறைவன் திருநடனக் காட்சி அளிக்கிறான். மனிதனும் இயங்குகிறான். தெய்வமும் இயங்குகிறது. ஆனால் மனிதன் தானாக இயங்குவதில்லை. இறைவன் இயக்குவதனால் இயங்குகிறான். இறைவன் தான் ஆடி உலகை ஆட்டுகிறான். தன்னுடைய தெய்வக் கூத்தினால், படைப்பு, அளிப்பு, அழிப்பு, மறைப்பு, அருளுதல் என்றும் ஐந்தொழிற்கும் இறைவன் என்பதை அவன் காட்டுகிறான்.

அம்பலம் ஆடரங் காக
வெளிவளர் தெய்வக் கூத்துகந் தாயை.

(ஆடு அரங்கு - நடனம் ஆடும் இடம். வெளிவளர் - வெளிப்பட வளர்கின்ற; வெளி - ஆகாசம் என்றும் கொள்ளலாம். உகந்தாயை - மேற்கொண்ட நின்னை.)

ஆண்டவன் சிதாகாசத்தில் நடனம் செய்பவன். அறிவே நிரம்பியுள்ள தனி வெளிப் பரப்பே சிதாகாசம். அங்கே அறியாமையென்னும் தடை இல்லை. வெளி என்பது ஆகாசம். சிதம்பரம் ஆகாசத் தலம். வெளிப்பட வளரும் தெய்வக்கூத்து என்று சொல்வது ஒருவகை. அப்படியின்றி ஆகாசத்தில் நடைபெறுடி தெய்வ நடனத்தை மேற்கொண்டவன் என்றும் சொல்லலாம். எங்கும் பரவிய இறைவன் ஓரிடத்தில் தன் திருக்கோலத்தை அடையாளமாகக் காட்டி, தானே ஐந்தொழிற்கும் தலைவன் என்பதைப் புலப்படுத்தியருளினான். அப்படிப் புலப்படுத்திய இடம் அம்பலம்; தில்லைச் சிற்றம்பலம்.

"ஒளி வளர் விளக்காகிய சித்உருவாகவும், உலப்பிலா ஒன்றாகிய சத்உருவாகவும், உணர்வு சூழ் கடந்ததோர் உணர்வாகிய ஆனந்த மூர்த்தியாகவும், தெளிந்த பளிங்குக் குன்றாகவும், சித்தத்துள் இனிக்கின்ற தேனாகவும் அன்பர்கள் உள்ளத்தில் பழுத்த ஆனந்தக் கனியாகவும் இருப்பவனே! அம்பலத்தில் தெய்வ நடம் செய்யும் பெருமானே! உன்னுடைய திருவடித் தொண்டைச் செய்ய புகுந்த

ஏழையேன் உன்னைப் பற்றி முற்றும் அறிந்திலேன். உன் புகழைச் சொல்ல நான் யார்? நான் எவ்வாறு சொல்ல வேண்டும் என்பதை நீதான் காட்ட வேண்டும்; நான் விளம்புமாற்றை நீ விளம்பி யருள வேண்டும்" என்று திருமாளிகைத் தேவர் வேண்டுகிறார்.

ஒளிவளர் விளக்கே! உலப்பிலா ஒன்றே!
உணர்வுசூழ் கடந்ததோர் உணர்வே!
தெளிவளர் பளிங்கின் திரள்மணிக் குன்றே!
சித்தத்துள் தித்திக்கும் தேனே!
அளிவளர் உள்ளத்து ஆனந்தக் கனியே!
அம்பலம் ஆடரங் காக
வெளிவளர் தெய்வக் கூத்துஉகந் தாயைத்
தொண்டனேன் விளம்புமா விளம்பே.

[அறிவாகிய ஒளி மேன்மேலும் வளர்கின்ற விளக்குப் போன்றவனே! அழிவில்லாத ஒரு தனிப் பரம்பொருளே! உணர்ச்சி வகைகள் சூழ்ந்த நிலையெல்லாம் கடந்த அநுபவப் பொருளே! தெளிவு வளர்கின்ற பளிங்கினால் ஆன திரண்ட அழகிய குன்றமே! சித்தத்துள் தித்திக்கின்ற தேனே! அன்பு வளர்கின்ற அடியவர் உள்ளத்தில் பழுத்த ஆனந்தக் கனியே! தில்லைச் திருச்சிற்றம்பலத்தை நடமிடும் சபையாகக் கொண்டு வெளிப்பட வளரும் தெய்வத் திருக்கூத்தை விரும்பி மேற்கொண்ட நின்னைத் தொண்டனாகிய யான் புகழும் முறையை எனக்குச் சொல்லியருள வேண்டும்.

விளம்புமா - விளம்புமாறு.]

கற்பகக் கனி

கனிகளில் பலவகை உள்ளன. நன்றாகப் பழுத்த தேங்காயைத் தெங்கம்பழம் என்று சொல்வது உண்டு. ஆனால் அந்தப் பழத்தின் மட்டையை உரித்து உடைத்து ஓட்டை எடுத்து விட்டு உள்ளே இருக்கும் தேங்காயை உண்ண வேண்டும். அவ்வளவு சிரமப்பட்டு உண்ண வேண்டியிருப்பதனால் அது என்றும் காயாகவே இருக்கிறது; எவ்வளவு பழுத்தாலும் தேங்கா என்றுதான் சொல்கிறோம்.

பலாப்பழம் ஒரு வகை. அது நன்றாகப் பழுத்தால் கம்மென்று மணம் வீசுகிறது. ஆனால் அதையும் எளிதில் பறித்து உண்ண முடியாது. மேலே உள்ள முள்ளை நீக்கி உள்ளே இருக்கும் சடையை நீக்கிச் சுளையை எடுக்க வேண்டும். சுளைக்குள் இருக்கும் கொட்டையை எடுத்துவிட்டு உண்ண வேண்டும். சுளையை எடுத்தவுடன் அதைக் கடித்தால் உள்ளே இருக்கும் கொட்டை துவர்க்கும்.

மாம்பழம் இத்தனை வேலை வாங்காது. வேண்டுமானால் தோலைச் சீவலாம்; பழத்தைச் சாப்பிட்டு விட்டுக் கொட்டையை எறிந்துவிடலாம். வாழைப்பழம் மிக எளிது. தோலை உரித்து விட்டுச் சாப்பிடலாம். திராட்சைப் பழத்துக்கு அதுகூட வேண்டாம்; அப்படியே வாயில் போட்டு விழுங்கி விடலாம். விதையை மட்டும் உமிழ்ந்துவிட வேண்டும். விதையில்லாத காபூல் திராட்சையை அப்படியே ஒரு தடையும் இன்றிக் கடித்து விழுங்கி விடலாம். தோலும் விதையும் தடை செய்யாமல் இருக்கும் பழமே விழுங்கக் கூடிய பழம்.

திராட்சைப் பழத்தை விழுங்கலாம் ஆனால் அது கனியாததாகவோ, புளிப்பாகவோ இருந்தால் துப்பி

விடுவோம். கனிந்ததாய்த் தோலும் விதையும் தடை செய்யாததாய் ஏதாவது பழம் இருக்கிறதா? உலகில் உள்ள பழம் ஒவ்வொன்றுக்கும் ஏதேனும் குறைபாடு இருக்கிறது. எடுத்தவுடன் விழுங்கும் படியான பழம் ஒன்று இருக்கிறதாகத் தெரியவில்லை.

அப்படி ஒன்று இருந்தால்-!

கற்பனையினால் சில பொருள்களை நாம் படைத்துக் கொண்டிருக்கிறோம். நாம் படைக்கவில்லை; நம்முடைய முன்னோர் படைத்துத் தர நாமும் வழங்கி வருகிறோம். இந்த வழக்கம் எல்லா நாடுகளிலும் உண்டு. அமிர்தம் என்பது அத்தகைய படைப்பில் ஒன்று. அதை யாரும் கண்டதில்லை. ஆயினும் மிகவும் சுவையுள்ள உணவு எதுவானாலும், "அமிர்தம்போல இருக்கிறது" என்று சொல்லுகிறோம். மிக இனிய பண்டத்துக்கு உவமை சொல்வதற்கு அமிர்தம் ஒரு வாய்ப்பாடாக உதவுகிறது. காமதேனு என்பதும் கற்பனை யினால் உண்டாகிப் பேச்சிலும் பாட்டிலும் புராணங்களிலும் அடிபடுகிற பொருள். அப்படியே கற்பகம் என்பதுவும் ஒன்று. அது இந்திரலோகத்தில் இருப்பதென்றும் கேட்டதை யெல்லாம் தரும் என்றும் சொல்கிறார்கள் கொடை வள்ளல்களைக் கற்பகமே என்று உருவகம் செய்து புலவர்கள் பாடுகிறார்கள். அது ஒரு மரம். ஆனால் அது வெறும் மலர் காய் கனிகளை மாத்திரம் தருவதோடு நிற்பது அன்று. அது எல்லாப் பொருள்களையும் தரும்.

கற்பகம் எதைத் தந்தாலும் தராவிட்டாலும் அது மரமாதலால் தன் இயற்கைக்கு ஏற்றபடி அது நிச்சயமாகக் கனியைத் தரும். அந்தக் கனி மற்ற மரங்களின் கனியைப் போலவா இருக்கும்? மிக இனிமையாய் உண்டார் உடம்புக்கு உரம் ஊட்டுவதாய் உடம்பையே பொன் மயமாக்குவதாய் இன்னும் என்ன என்னவோ செய்வதாய்த்தான் இருக்க வேண்டும். கேட்டதெல்லாம் தரும் மரத்தின் கனியினால் எத்தனையோ பயன் உண்டாகும். மரங்களிற் சிறந்தது கற்பகமானால் கனிகளிற் சிறந்தது கற்பகக் கனிதானே?

அவ்வளவு சிறந்த கனியை அல்லவா இறைவனுக்கு உவமையாகச் சொல்ல வேண்டும்? உவமை சொல்லும் போது உயர்ந்த பொருளாக எடுத்துச் சொல்ல வேண்டுமென்பது இலக்கணம்.

"உயர்ந்ததன் மேற்றே உள்ளுங் காலை"

என்பது தொல்காப்பியம். உயிருக்கு இனிமையூட்டும் இறைவனுக்கு உவமை சொல்லும்போது நாம் தின்று துப்புகின்ற கனியையா சொல்வது? கனிகளிலெல்லாம் சிறந்த கற்பகக் கனியைச் சொல்வதுதான் பொருத்தம். சேந்தனார் திருவீழி மிழலை யில் எழுந்தருளியிருக்கும் எம்பெருமானைக் கற்பகக் கனி என்றே சொல்கிறார்.

இந்தக் கனியின் சுவையை அறிந்தார் உண்டா? ஆம்; இருக்கிறார்கள். இந்தக் கனியை வாயினால் உண்ண இயலாது. மரத்திலே விளைந்த கனியானால் பறித்துக் கடித்து உண்ணலாம். இந்தக் கனியை அறிவினால் உண்ண வேண்டும். அறிவைப் பெருக்கிக் கொண்ட அன்பர்கள் உண்ணும் கனி இது. அறிவு கற்கக் கற்க ஊறுவது. ஆதலின் கற்றவர்கள் தம்முடைய அறிவினாலும் உணர்வினாலும் எட்டிப் பிடித்துக் கைப்படுத்து உண்ணும் கனி இறைவன்.

மனம் ஒருமைப்படும்படியும், நெஞ்சத்து நல்லம் யாம் என்னும் நடுவு நிலைமை உண்டாகும்படியும், மரணமிலாப் பெருவாழ்வைப் பெறும்படியும் அமைகின்ற கல்வியே கல்வி. அந்தக் கல்வி கற்றவர்கள் இறைவனுடைய திருவடிக்கண்ணே இடையீடில்லாத அன்புடன் இருப்பார்கள். அவர்கள் கற்பகக் கனியைப் போன்ற இறைவனது அநுபவத்தைப் பெறுவார்கள்.

இறைவனிடத்தில் அவர்களுக்குள்ள காதல் தடுப்பதற்கரியது. எம்பெருமானாகிய கனியைக் கடித்துண்ணும் பொறுமை அவர்களுக்கு இல்லை. அப்படியே விழுங்கி விடுவார்கள்.

கற்றவர் விழுங்கும் கற்பகக் கனியை.

கற்றவர்கள் விழுங்கும்படியாகக் கனிந்து சுவையுடன் இருக்கும் கனி அது. அன்பர்கள் விழுங்கும் ஆவலுடன் இருக்கிறார்கள். அவர்களால் விழுங்கப்படும் ஆவலோடு இருக்கிறான் இறைவன். எல்லாப் பொருளையும் தான் விழுங்கித் தனக்குள் வைத்திருக்கும் இறைவன் அன்பர்களால் விழுங்கப்பெற்று அவர்களுக்குள்ளே அடங்கி நிற்கிறான்.

கற்றவர் மாத்திரம் விழுங்கிச் சுவைக்கும் கற்பக் கனி இறைவன் என்றால், மற்றவர்கள் அந்த எட்டாப் பழத்துக்குக் கொட்டாவி விடுவது ஏன்? இறைவன் யாவருக்கும் கருணை புரிகிறவன்; அவர் அவர்களுடைய பக்குவத்துக்கு ஏற்ப அருளநுபவத்தை வழங்குகிறவன். கற்றவர்கள் விழுங்கும்படி தன்னைத் தந்தாலும் அவர்களளவில் அவன் கருணை நிற்பதில்லை, அவன் கருணை ஒன்றுக்கும் பற்றாதவர்களையும் ஈர்த்து ஆட்கொள்ளும் வேகத்தை உடையது. அதற்கு எல்லையே இல்லை. கற்றவருக்குக் கையில் எடுத்து விழுங்கும் கனியைப் போல எளியவனாக இருந்தாலும் அவன் எல்லையில்லாத கடலைப் போன்றவன்; மாகடல். உப்பு நீர் நிறைந்த கடல் அன்று; பால் நிறைந்த கடலும் அன்று. கருணையே நிரம்பிக் கரை காணாதபடி உள்ள கடல் அவன். அநாதிகாலமாக எண்ணிலாத அடியார்களை அவன் ஆண்டுகொண்டிருக்கிறான். ஆதலால் அவன் கற்றவர்களுக்கு மாத்திரம் அருளுபவன் என்று எண்ணவேண்டாம். மற்றவர்களுக்கும் அவன் அருள் கிடைக்கிறது. அவரவர்கள் தனுகரண புவன போகங்களைப் பெற்றிருப்பதற்குக் காரணம் அவன் அருள்தான்;

கரையிலாக் கருணைமா கடலை.

'அவனை நாம் பார்க்க முடியவில்லையே!' என்று தோன்றுகிறது. அவன் இல்லாத இடமே இல்லை. எங்கும் இருந்தாலும் நம்மால் பார்க்க முடிவதில்லை. அவன் மாணிக்க மலையைப்போல இருக்கிறான். புறக்கண்ணால் காணும் மாணிக்கம் அன்று. அகக் கண்ணால் காணும் மலை அது. கண் இல்லாக் குருடனுக்குக் கல் மலையும் மாணிக்க

மலையும் ஒன்றுதான். அப்படியே உலகம் முழுவதும் இறைவன் நிறைந்திருந்தாலும் அகக்கண் மூடிக்கிடக்கும் நமக்கு அவனைக் காண முடிவதில்லை. அவன் மாணிக்க மலையைப்போல அரிய பெரிய பொருளாக இருந்தாலும் அன்பர் அல்லாத மற்றவர்கள் அவனை அறிய முடிவதில்லை.

மற்றவர் அறியா மாணிக்க மலையை.

மலையாக நின்றாலும் அவனை அறியமுடியாத மற்றவர்களிடையேதான் அன்பர்கள் இருக்கிறார்கள். அவர்கள் தம்முடைய உள்ளத்தில் எப்போதும் இறைவனை எண்ணிக் கொண்டிருக்கிறார்கள். இறைவன் நினைப்பவர் நெஞ்சத்தைக் கோயிலாகக் கொள்பவன். அவனை மதித்து வழிபடும் அன்பர்கள் பிற பொருளை மதிப்பதில்லை. மதிப்புள்ள பொருள் பரம் பொருளாகிய இறைவன் ஒருவன் தான். தன்னை மதிப்பவர் மனத்தில் இறைவன் மணிவிளக்காக ஒளி விடுகிறான். மணி விளக்குக்கு எண்ணெயும் திரியும் வேண்டாம்; அது நந்தா விளக்காக விளங்குகிறது. அது தன்னையும் காட்டி மற்றப் பொருள்களையும் தன் ஒளியினாற் காட்டுகிறது. மதிப்பவர் மனதில் மணி விளக்காக இறைவன் ஒளிரும்போது அவர்களுடைய காட்சியே வேறுபடுகிறது. அவர்களுடைய அநுபவமே கனியாக அமைகிறது. விளக்கு வைத்த வீட்டுக்கும் விளக்கு வைக்காத வீட்டுக்கும் வேறுபாடு இருக்கிறதல்லவா? அப்படியே மதிப்பவர் நிலையும் மற்றவர் நிலையும் இருக்கும்.

மதிப்பவர் மனமணி விளக்கை.

இறைவன் கற்றவருக்கு இன்பப் பொருளாக இருக்கிறான். கரையற்ற கருணைக் கடலாக இருக்கிறான். மற்றவர் அறியாத மாணிக்கப் பெருமலையாக நிற்கிறான். மதிப்பவர் மனத்துக்குள் மணி விளக்காக ஒளிர்கிறான்.

இறைவன் கருணையாளன்; தன் அன்பர்களுக்கு அருள்பவன். அதோடு அவன் பேராற்றல் உடையவன். அவனிடம் நிக்கிரக

சக்தியும் அநுக்கிரக சக்தியும் உள்ளன. நல்லவருக்கு அருள் புரிந்து கருணை காட்டலும் அல்லாதவருக்கு மறக் கருணையால் வீரம் காட்டலும் அவனுக்கு இயல்பு. உலகத்திலுள்ள உயிர்களுக்கெல்லாம் துன்பத்தை விளைவித்து வந்த முப்புரத் தலைவர்களின் வலியை அவன் அடக்கினான். அவர்கள் பொன், வெள்ளி, இரும்பு மதில்களையுடைய மூன்று புரங்களுக்குத் தலைவர்களாக இருந்தார்கள். பறக்கும் மதில்கள் அவை. பறந்துசென்று கீழே வந்து மக்கள் வாழும் ஊரின் மேற்படியச் செய்து பல உயிர்களைக் கொல்வதே தொழிலாக இருந்தார்கள், அவர்கள். அவர்களுடைய அசுரச் செயலுக்கு உறுதுணையாக முப்புரங்கள் இருந்தன. பொல்லாத குழந்தை தன் கையில் கத்தியை வைத்துக்கொண்டு குறும்பு செய்யும் போது தந்தை அதன் கையிலிருந்து கத்தியைப் பிடுங்கிவிடுவது போலத் திரிபுரத்து அசுரர்களின் கொடுஞ் செயலைக் கண்டு இறைவன் அப்புரங்களை அழித்தான்; அவர்களை அழிக்கவில்லை. மக்களைச் செற்ற அசுரர்களுடைய புரங்களை இறைவன் செற்றான்.

செற்றவர் புரங்கள் செற்ற எம் சிவனை.

திருவீழிமிழலையில் எழுந்தருளியிருக்கும் சிவபிரானைத் தரிசித்தபோது இந்த எண்ணங்களெல்லாம் சேந்தனாருக்கு எழுந்தன. இறைவனுடைய திருக்கோலத்தைக் காண வேண்டும் என்ற ஆவல் கட்டுக்கு அடங்காமல் அவருக்கு இருந்தது. வீழிமிழலைக்கு வந்து கண்ணால் கண்டார். கருத்திலே அன்பு ததும்பக் கண்டார். உள்ளம் குளிரக் கண்டார். பிறகு கண் குளிர்ந்தது. மனம் நன்றாக இருந்தால்தான் பார்வையும் நன்றாக இருக்கும். மனத்தில் பொறாமை இருந்தால், கண்ணின் பார்வையிலும் பொறாமைத் தீயின் பொறி சுடரும். அன்பு இருந்தால் கண்ணில் அதன் கொழுந்து தண்ணெனப் புலப்படும். இறைவனுடைய தரிசனத்தைக் கண்டு மனம் குளிர்ந்தால், பிறகு புலன்களெல்லாம் குளிர்ச்சியை அடையும். வேரில் நீர் ஊற்றினால் மரத்தின் எல்லா உறுப்புகளிலும் அதன் தண்மை சேர்வதுபோல

மனத்திலே தண்மை ஏறினால் பொறிகளில் அந்தத் தண்மையின் விளைவு சாரும்; உரையும் பார்வையும் தண்ணென்றிருக்கும்.

திருவீழிமிழலையில் வீற்றிருக்கும் உலக நாயகனாகிய இறைவனைத் தரிசித்தபோது சேந்தனாருக்கு முதலில் உள்ளம் குளிர்ந்தது; பிறகு கண்கள் குளிர்ந்தன.

திருவீழிமிழலை வீற்றிருந்த
கொற்றவன் தன்னைக் கண்டு கண்டு உள்ளம்
குளிர என் கண் குளிர்ந்தனவே.

சோழ நாட்டில் உள்ள திருப்பதி திருவீழிமிழலை. அப்பரும் ஞானசம்பந்தரும் ஒரு பஞ்சகாலத்தில் இறைவனருளால் படிக்காசு பெற்ற தலம். இறைவன் திருமணக்கோலம் காட்டிய இடம் இது. அவன் உமாதேவியுடன் வேறு யாருக்கும் இல்லாத பெருமையோடு வீற்றிருக்கிறான். வீழி என்பது ஒரு செடி. அது நிறைந்த இடமாதலின் வீழிமிழலை என்ற பெயர் வந்தது. இக்கோயிலில் உள்ள விமானம் விண்ணிழி விமானம் என்று வழங்கும். திருமால் விண்ணுலகத்திலிருந்து கொணர்ந்து அமைத்ததாகச் சொல்வார்கள்.

திருமால் தம் கண்ணைப் பறித்து இறைவன் திருவடியில் அருச்சித்துச் சக்கரம் பெற்ற இடம் என்பர். இறைவன் திருநாமம் நேத்திரார்ப்பணேசுவரர் என்றும் வீழியழகர் என்றும் வழங்கும். சுந்தர குசாம்பிகை என்பது அம்பிகையின் திருநாமம். மூவரும் பாடிய தேவாரப் பதிகங்களை உடையது இது.

கற்றவர் விழுங்கும் கற்பக் கனியைக்
கரைஇலாக் கருணைமா கடலை
மற்றவர் அறியா மாணிக்க மலையை
மதிப்பவர் மனமணி விளக்கைச்
செற்றவர் புரங்கள் செற்றஎம் சிவனைத்
திருவீழி மிழலைவீற் றிருந்த

**கொற்றவன் தன்னைக் கண்டுகண்டு உள்ளம்
குளிரஎன் .கண்குளிர்ந் தனவே.**

[கற்றவர்கள் விழுங்கும் கற்பகக்கனி போன்றவனை, கரையில்லாத கருணையிற் பெரிய கடலைப் போன்றவனை, அன்பு இல்லாத மற்றவர்கள் அறியாத மாணிக்க மலை போன்றவனை, தன்னை மதித்து அன்பு செய்பவர் மனத்தில் ஒளிவிடும் மணி விளக்குப் போன்றவனை, மக்களை அழித்த அசுரர்களின் மூன்று புரங்களை அழித்த எம்முடைய சிவபெருமானை, திருவீழி மிழலையென்னும் தலத்தில் எழுந்தருளியிருக்கும் தலைவனைக் கண்டு கண்டு என் உள்ளம் குளிர, என் கண்களும் குளிர்ந்தன.

செற்றவர் - அழித்தவர்; பகைத்தவர் என்றும் சொல்லலாம்.]

சேந்தன்மேற் காதல்

தாய் : இது என்ன? உன் கையில் இருந்த வளைக ளெல்லாம் எங்கே? மொட்டைக் கையோடு நிற்கிறாயே! அழகாக இருக்கிறதா? என்ன பைத்தியக்காரத்தனம் இது?

மகள் : அவற்றை ஒருவன் வவ்விக்கொண்டான்.

தாய் : என்ன? உன் வளைகளை ஒருவன் வவ்வுவதாவது? ஆண்மகனுக்கு வளைகள் எதற்கு?

மகள் : அவன் எனக்கு ஒன்றைத் தந்து வளையை வவ்விக் கொண்டான்.

தாய் : என்ன சொல்லுகிறாய்? சற்றே விளங்கும்படி சொல்.

மகள் : அவன் என் மனத்தையே மாற்றி விட்டான். அவனிடம் காதல் கொண்ட மனத்தை எனக்குத் தந்து, என் கையிலிருந்த சங்கு வளையல்களைக் கழலச் செய்துவிட்டான்.

தாய்க்கு இப்போது உண்மை விளங்கியது. யாரோ ஒரு காதலனிடம் தன் மகள் மனத்தைப் பறிகொடுத்துவிட்டு, அவனுடைய பிரிவினால் உடல் நலிந்து வளைகள் நழுவ நிற்கிறாள் என்பதைத் தெரிந்து கொண்டாள். அவள் யாரிடம் காதல் கொண்டாள்? அவளுக்கும் தம் குலத்துக்கும் அவன் ஏற்றவனா? - இப்படிப் பல கேள்விகள் அவள் உள்ளத்தே எழுகின்றன.

தாய் : யார் அவன்? யாருடைய பிள்ளை?

மகள் : மலைமகள் மதலை; பார்வதி தேவியின் குமரன்.

தாய் : அவனுக்கு என்ன உத்தியோகம்? அவனுடைய பதவி என்ன?

மகள் : : அந்தர் மத்திய பாதலம் என்னும் மூன்று உலகங்களுள் மேலானது எது?

தாய் : தேவலோகம்.

மகள் : அந்த உலகத்தில் யார் இருக்கிறார்கள்?

தாய் : இந்திராதி தேவர்கள்.

மகள் : அந்தத் தேவர்குலம் முழுவதையும் ஆளும் அரசன் அவன்.

தாய் : அவன் காளைப் பருவம் உடையவனா? அழகுடையவனா?

மகள் : அவன் பெயரே குமரன்; வேளின் அழகைத் தோல்வியுறச் செய்யும் குமரவேள்.

தாய் : தேவர்களுக்கெல்லாம் தலைவன் என்று சொல்கிறாய், பெரிய இடத்துப் பிள்ளையை நீ காதலிக்கிறாயே! அவன் உனக்கு எளிவந்து உன்னை மணம் செய்து கொள்வானா?

மகள் : அவன் மிகவும் கருணையாளன் அம்மா. தேவர் குலம் முழுதாளும் செம்மலாக இருந்தாலும் இந்த நிலவுலகத்து மகளிரை மணம் புரிந்துகொள்ளும் கருணை உடையவன். குறக்குலத்தில் உதித்த வள்ளியை அவன் முன்பே மணம் புரிந்துகொண்டிருக்கிறான்.

தாய்: அப்படியா? அவன் இவ்வுலகத்துக்கும் வருவ துண்டா?

மகன்: இங்கே பல இடங்களுக்கு வந்து தங்கித் தன்னை வழிபடுவார்களுக்கு அருள் தருபவன் அவன்.

தாய் : நீ அவனை எங்கே கண்டாய்?

மகள் : சேல் மீன்கள் உலவுகின்ற கழனிகளை உடைய திருவிடைக்கழியில் ஓர் அழகிய குரா மரத்தின் நிழலில் நின்றிருந்தான். அவனுடைய கோலத்தை என்னவென்று சொல்வேன்! வீரமும் அழகும் இளமையும் செறிந்த உருவத்தோடு நின்றான். அவன் தன் திருக்கரத்தில் வேற்படையை வைத்துக் கொண்டிருந்தான்.

தாய் : அவன் பெயர் என்ன?

மகள் : அவனைக் குமரவேள் என்று சிலர் சொல்லுகிறார்கள். வள்ளி மணாளன் என்று சிலர் சொல்லுகிறார்கள். செக்கச் செவேல் என்ற திருமேனி படைத்தவனாதலால் சேந்தன் என்று ஒரு நாமம் உண்டென்று சொல்லக் கேட்டேன். அதுதான் எனக்கு விருப்பமாக இருக்கிறது. என் சேந்தன் அவன். சேல் உலாங்கழனித் திருவிடைக்கழியில் உள்ள என் சேந்தன்; வேல் உலாந்தடக்கையையுடைய என் சேந்தன்; என் சேந்தன்; சேந்தன்; சேந்தன்.

இப்படி மெல்லியலாகிய அந்தப் பெண் முருகவேளை நினைந்து நினைந்து அவன் திருநாமத்தைச் சொல்லிச் சொல்லி ஏங்கி நிற்கிறாள். அவள் நிலையைக் கண்டு அவள் தாய் சொல்கிறாள்.

***மால்உலாம் மனம்தந்து என்கையிற் சங்கம்
வவ்வினான், மலைமகள் மதலை,
மேல்உலாம் தேவர் குலம்முழுது ஆளும்
குமரவேள், வள்ளிதன் மணாளன்,
சேல்உலாம் கழனித் திருவிடைக் கழியில்
திருக்குரா நீழற்கீழ் நின்ற
வேல்உலாம் தடக்கை வேந்தன்என் சேந்தன்
என்னும் என்மெல்லியல் இவளே.***

[மலைமகள் குமாரனும், மேல் உலகத்தில் உலாவும் தேவர் குலம் முழுவதையும் ஆளும் குமரவேளும், வள்ளியின் மணவாளனும், சேல்மீன்கள் உலவும் வயல்களையுடைய திருவிடைக் கழியில் திருக்குராமரத்தின் நிழலின்கீழ் நின்ற

வேல் பொருந்திய வளைந்த கையையுடைய வேந்தனுமாகிய என் சேந்தன்,, காதல் பொருந்திய மனத்தைத் தந்து என் கையில் உள்ள வளையல்களைக் கவர்ந்து கொண்டான் என்று மெல்லியலாகிய என் மகள் சொல்கிறாள்.

மால் - காதல் மயக்கம். சங்கம் - சங்கால் ஆன வளை. அவனை நினைந்து உருகி மெலிந்தமையால் கைவளைகள் நழுவின. அதற்கு அவன் காரணமாதலின் சங்கம் வவ்வினான் என்றாள்.

மலைமகள் - பார்வதி. மதலை பிள்ளை. சேல் - சேல்மீன். குரா - ஒரு மரம்; திருவிடைக்கழித்தலவிருட்சம். தடக்கை - வளைந்த கை; விசாலமான கையுமாம். சேந்தன் - செந்நிறமுடையோன். மெல்லியல் - மென்மையான இயல்பையுடைய பெண்.)

முருகனைப் பற்றிச் சேந்தனார் பாடியது இது. தன் மகள் நிலை கண்டு நற்றாய் இரங்கியது போலப் பாடியது. தலைவனுடைய பெயரைச் சொன்னமையால் இது புறப்பொருளில் பாடாண் திணையைச் சார்ந்தது.

திருவிடைக்கழி என்பது சோழநாட்டில் உள்ள தலம். இதற்குத் தேவாரப்பதிகம் இல்லை. இங்கு எழுந்தருளிய முருகன்மீது திரிசிரபுரம் மகாவித்துவான் ஸ்ரீ மீனாட்சி சுந்தரம் பிள்ளையவர்கள் ஒரு பிள்ளைத்தமிழ் பாடி இருக்கிறார்.

இது சேந்தனார் பாடிய திருவிசைப்பாவில் 3-ஆம் பதிகத்தில் உள்ளது.

சேர்த்து வைக்கிறவன்

திருக்கோயிலுக்குச் சென்றுகொண்டிருக்கிறது அந்தக் கூட்டம். இறைவனுடைய திருநாமத்தைச் சொல்லித் துதித்துக் கொண்டே போகிறார்கள் அடியார்கள். அவர்கள் போகும் பொழுதே அவர்களுடைய ஆரவாரம் நெடுந்தூரத்தில் உள்ளவர்களுடைய காதிலும் விழுகிறது. அப்படிப் போகிறவர் களைக் கண்டு சிலர் எழுந்து நிற்கிறார்கள். சிலர் கைகுவிக்கிறார்கள். சிலர் அந்தக் கூட்டத்துக்கு அருகே சென்று பார்க்கிறார்கள். வேறு சிலர் அந்தக் கூட்டத்துடன் சிறிது தூரம் செல்கிறார்கள்.

இவர்களுடன் சேராமல் நாலு பேர் எங்கோ ஒரு திண்ணையில் உட்கார்ந்து வம்பு அளந்து கொண்டிருக்கிறார்கள். அவர்கள் காதில் அடியவர்களின் வாழ்த்தொலி விழுகிறது. இந்த நாலு பேர்களுக்கும் அந்த அடியவர்கள் சோம்பேறிகளாகத் தோன்றுகிறார்கள். அவருள் ஒருவர், "யார் இப்படிக் காட்டுக் கத்தலாகக் கத்துகிறார்கள்?" என்று கேட்கிறார்.

"அந்தப் பைத்தியங்கள்தாம்!" என்று ஒருவர் சொல்லிச் சிரிக்கிறார்.

"இவர்களுக்கெல்லாம் வேறு வேலை இல்லையோ? வீடு, குடும்பம் என்று ஒன்றும் இல்லையோ?" என்கிறார் ஒருவர்.

"அவையெல்லாம் இருந்தால் இப்படி ஏன் பொறுப்பு இல்லாமல் வீதியென்றும் நினைக்காமல் வெட்கம் இன்றிக் கத்திக்கொண்டு போகிறார்கள்? எல்லோரும் சோம்பேறிகள். சாப்பிட்ட சோறு செரிக்கவேண்டும் அல்லவா? அதற்காக இந்த அற்புதமான வழியைக் கண்டுபிடித்திருக்கிறார்கள்!"

இந்த வம்பர் மகா சபைப் பிரமுகர்கள் தாம் மிகவும் பொறுப்பான வேலை செய்வதாக எண்ணிக் கொண்டிருக்கிறார்கள். வேலை தெரியுமோ? நல்லவர்களைப் பற்றி வம்பு பேசி அவர்களைப் பைத்தியமென்றும் சோம்பேறியென்றும் சொல்லிப் பரிகாசம் செய்யும் வேலை!

தினந்தோறும் அடியார்கள் கூடிக்கொண்டு கோயிலுக்குச் செல்வதும், அப்படிச் செல்லும்போது இறைவன் திருநாம முழக்கம் செய்துகொண்டு போவதும், பாடிக்கொண்டு போவதும் வெவ்வேறு மக்களுடைய உள்ளத்தில் வெவ்வேறு வகை உணர்ச்சியை உண்டாக்குகின்றன. மேலே சொன்ன வம்பர் சபையில் பரிகாச உணர்ச்சியே உண்டாயிற்று.

அந்த நாலு பேரில் ஒருவருக்குச் சிறிதே யோசனை தோன்றியது. 'ஒரு நாளைப் போலவே குறிப்பிட்ட நேரத்தில் இப்படி முழங்கிக் கொண்டு போகிறார்களே! உண்பதும் உறங்குவதுமாகிய காரியங்களே நமக்குச் சிறந்தனவாக இருக்கின்றன. அந்த இரண்டையுங்கூட வரையறையாக, உரிய காலத்தில் நாம் செய்வதில்லையே! அப்படியிருக்க, இவர்கள் நாள் தவறாமல் கூட்டமாகச் செல்கிறார்களே! நம்மைப் போன்றவர்கள் பரிகாசம் செய்வார்கள் என்பதை இவர்கள் அறியமாட்டார்களா? முதலில் தெரிந்து கொள்ளாமல் இருந்தாலும் நாளடைவில் தெரிந்துகொள்ள மாட்டார்களா? என்று சிந்தனை பிறந்தது அவருக்கு.

'இதில் ஏதோ ஓர் இரகசியம் இருக்கவேண்டும். இவ்வளவு சிரத்தையாக இவர்கள் இப்படிச் செய்வதில் ஏதோ லாபம் இல்லாமலா இருக்கும்?' என்று அடுத்தபடி யோசனை படர்ந்தது. அவர்களைச் சற்று நெருங்கிக் கவனிக்க வேண்டு மென்று தீர்மானம் செய்துகொண்டார். அதைத் தம்முடைய தோழர்களிடம் தெரிவிக்கவில்லை.

இந்த எண்ணம் உண்டானது முதல் அவருக்கு வம்பர் மகா சபையில் இருந்த சுவை நெகிழ்ந்தது. ஏதோ ஒரு துப்பை அறிவதற்குத் தொடங்குபவரைப் போல, அடியவர்

கூட்டத்திற்கு அத்தனை ஊக்கம் உண்டாவதற்குக் காரணம் இன்னது என்பதைக் கண்டுபிடிக்கும் முயற்சியில் இறங்கினார் அவர்.

அவர்கள் வழக்கம் போல் போய்க் கொண்டிருந்தார்கள். ஆராய்ச்சி செய்யப் புகுந்தவர் மெல்லத் தம் வீட்டினின்றும் புறப்பட்டார். அடியவர்கள் இறைவன் புகழைப் பாடிக் கொண்டு செல்லும் வழியைக் கவனித்து வைத்துக் கொண்டார். அங்கங்கே உள்ளவர்கள் அடியவர் கூட்டத்தை வலம் செய்து வணங்குவதைக் கண்ணால் கண்டார். அவர்கள் அடியைக் கழுவி அந்த நீரைத் தலையில் தெளித்துக் கொண்டார்கள் அவர்கள்.

'இது என்ன! நம்மைப்போல் எல்லோரும் இவர்களைப் பரிகாசம் செய்வார்கள் என்றல்லவா நினைத்தோம்? இந்த அடியார்களுக்கு அடியார்களாகப் பலர் இருக்கிறார்களே!' என்ற உண்மை அவருக்கு வெளியாயிற்று.

ஒருநாள், இரண்டு நாள் சேய்மையிலிருந்தே அடியார் கூட்டத்தைப் பார்த்தார். பிறகு அவர்கள் போகும் வழியிலே நின்றார். அப்பால் வேறு சிலர் அடியார்களை வலம் வந்தது கண்டு தாமும் வலம் வந்தார். அப்படிச் செய்ய வேண்டுமென்று ஏதோ ஓர் உணர்ச்சி அவருக்கு உந்தியது.

இப்படி ஒரு வார காலம் ஆயிற்று. கூட்டத்தினரை நின்று கவனித்தார். அடியார்கள் யாருடைய இகழ்ச்சியையும் புகழ்ச்சியையும் கவனிக்காமல் சென்றுகொண்டிருந்தார்கள். முதலில் அவர்களுடன் செல்லாமல் இருந்தவர் இப்போது அவர்களோடு சேராமல் தனியே சிறிது தூரம் போனார். அப்படிப் போகும்போது அவர்கள் என்ன செய்கிறார்கள் என்பதைக் கூர்ந்து பார்த்தார்.

அவருக்கு ஏதோ ஒரு புதிய உலகத்தைக் கண்டது போல் இருந்தது. அடியார்கள் இறைவனிடம் எவ்வளவு ஆர்வத்தோடு இருக்கிறார்கள் என்பதை அவரால் ஓரளவு உணர முடிந்தது. அன்பு வைத்த இடத்தில் மனிதனுக்கு

எத்தனை ஆர்வம் பிறக்கிறது என்பதை அவர் வேறு வகை அநுபவத்தால் உணர்ந்தவர் அல்லவா?

இறைவன் திருநாமத்தைச் சொல்லும் போதே சிலருக்குக் கண்ணில் நீர் சுரந்தது. "என்ன இது?" அவருக்கு விளங்க வில்லை. தன்னுடைய மகள் நெடுநாள் கருவுறாமல் பிறகு கருவுற்று வீட்டுக்கு வரும்போது அன்னை வரவேற்கிறாள். அவள் கண்ணில் நீர் அரும்புகிறது. இதை அவர் பார்த்திருக்கிறார். காணாமற் போன மகன் வந்து விட்டான் என்றவுடன் அன்புடைத் தந்தைக்குக் கண்ணீர் சுரக்கிறது? இதையும் பார்த்திருக்கிறார். இங்கே இவர்கள் கண் பனி அரும்புகிறதே! யாரைக் கண்டு இப்படிக் கண்ணீர் விடும்படியான உணர்ச்சி எழுகிறது?

'இறைவனைக் காணச் செல்வதனால் உண்டாகும் உணர்ச்சியாகத்தான் இருக்கவேண்டும். தாய் மகளைக் காணும் போதும் தந்தை மகனைக் காணும்போதும் உண்டாகும் உணர்ச்சியைப் போல இந்த உணர்ச்சியும் இருக்கும்போல் இருக்கிறது' என்று அவர் ஆராய்ந்து ஆராய்ந்து உண்மை காணுகிறார். 'ஓ! இதுதான் கடவுளிடம் உள்ள அன்புக்கு அடையாளம் போலும்!' என்று நினைக்கிறார்.

அன்பர்கள் தம்மை அறியாமலே கையைக் குவிக்கிறார்கள்; கண்ணை மூடிக்கொண்டு பாடுகிறார்கள். கண்ணைத் திறந்து நெடுந்தூரத்தில் தோன்றும் கோபுரத்தைப் பார்க்கிறார்கள். கண்ணில் அருவி போல நீர் பொழிகிறது.

வம்பர் சபையிலிருந்து பிரிந்து வந்தவர் இவற்றை யெல்லாம் உற்றுப் பார்க்கிறார். ஒவ்வொரு நிகழ்ச்சியிலும் அவர் கருத்து ஊன்றுகிறது. முன்பெல்லாம் இழிவாகவும் பைத்தியக்காரத் தனமாகவும் எண்ணிய நிலை அடியோடு மாறிவிட்டது. பெறுவதற்கரிய பெரிய பேற்றைப் பெற்றவர்கள் அவர்கள் என்ற எண்ணம் இப்போது அவருக்கு உண்டாகி விட்டது. அந்தக் கூட்டத்துக்குப் புறம்பே நின்று ஆராய்ந்தவர் நாளடைவில் அந்தக் கூட்டத்தோடு ஒன்றி நடக்கத் தலைப்

பட்டார். அவருடைய கைகளும் குவிந்தன. அடியவர்கள் இறைவன் திருக்கோயிலை அணுகும்போது இடும் 'ஹர ஹர மகாதேவ!' என்ற ஆரவாரத்தில் அவருடைய குரலும் கலந்தது. அவரும் 'ஹர ஹர மகாதேவ!' என்று சொல்லத் தொடங்கி விட்டார். அப்படிச் சொல்லாவிட்டால் தொண்டையடைத்து ஏதோ வேதனை உண்டாவதுபோலத் தோன்றியது. தொண்டர் கூட்டத்தோடு "ஹர ஹர மகாதேவா!" போட்டுவிட்டால் இருதயத்திலே நெடுநாளாக அடைந்து கிடந்த சுமை குறைந்தது போல இருந்தது.

இறைவன் சந்நிதானத்துக்கே போய்விட்டார். அங்கேதான் அந்த அடியவர்கள் எப்படி அலறுகிறார்கள்! "என் துன்ப மெலாம் தீர்க்கும் பெருமானே!" என்று ஒருவர் கதறுகிறார். "என் பிறவி நோய்க்கு மருந்தே!" என்று ஒருவர் அரற்றுகிறார். "என் தோன்றாத் துணையே!" என்று ஒருவர் புலம்புகிறார். "என் களைகணே" என்று ஒருவர் ஓலமிடுகிறார். இப்படியாக அவர்கள் இடும் ஓலத்தினூடே புதிய அன்பரும் தம்மை அறியாமலே கண்ணீர் வார ஏதேதோ அரற்றத் தொடங்குகிறார். அன்பர்கள் பாகாய் உருகுகிறார்கள். உடம்பு குழைந்து குழைந்து ஒசிய, உரை குழைந்து குழைந்து நெகிழ, உள்ளம் குழைந்து குழைந்து உருக, உருக்கம் என்பதன் உருவமாகவே அவர்கள் நிற்கிறார்கள். அங்கே தலையெடுப்பாக நிற்கிறவர் யார்? வெடிப்பாகப் பேசுகிறவர் யார்? உலகியல்பிலே நினைவு செலுத்துகிறவர் யார்? எல்லாரும் இறைவன் அருளிலே கரைந்து ஒன்றி நிற்கிறார்கள். அவர்களுடைய என்புகூடக் கரைந்து விட்டனவோ? அங்கே செருக்கு இல்லை; தருக்கு இல்லை; ஆணவ முனைப்பின் நிழல்கூட இல்லை.

இந்தப் புதிய அனுபவம் புதிய அன்பருக்குப் புதிய நிலையை உண்டாக்கிவிட்டது. அவரும் அடியவர்கள் கூட்டத்தில் ஒருவராகி விட்டார். கடினமாக இருக்கும் காய் பழுத்தால் நெகிழ்ச்சி பெற்று நிறம் பெற்றுச் சுவை பெற்றுத் தன்னைத் தாங்கிய மரத்தின் பற்றையும் விடுவது போல, அடியவர் கூட்டத்தில் சேர்ந்து இறைவனுடைய அன்புணர்ச்சியிலே

கனிந்த பிறகு அவருக்கும் கண்பனி அரும்பியது; கைகள் குவிந்தன; இறைவன் திருமுன் ஓலமிட்டார்; அவர் பேச்சும் பார்வையும் செயலும் எண்ணமும் குழைந்து வந்தன. என்பெலாம் உருகும் அன்பர்தம் கூட்டத்தில் சேர்ந்து விட்டார்; வம்பர் கூட்டத்தை அடியோடு மறந்தார்.

ஒருநாள் தனியே அமர்ந்து எண்ணிப் பார்த்தார். தாம் முன்பு வம்பர் கூட்டத்தில் இருந்தது நினைவுக்கு வந்தது. அடியவர்களைச் சோம்பேறிகளென்றும், பொறுப்பற்றவர் களென்றும், பைத்தியக் காரர்கள் என்றும் எண்ணியதை நினைத்துத் தாமே சிரித்துக் கொண்டார். உடனே அவர் கண்ணில் குபுக்கென நீர் சுரந்தது. "இப்படி இருந்த என்னையும் அன்பர் கூட்டத்தில் ஒருவனாக இறைவன் சேர்த்து விட்டானே! அவன் கருணையை என்னவென்று சொல்வது!" என்று எண்ணித்தான் அவர் உருகிக் கண்ணீர் விட்டார்.

அதே நிலையில் இருந்தவராகத் தம்மைப் பாவித்துக் கருவூர்ச் சித்தர் பாடுகிறார்.

கண்பனி அரும்பக் கைகள்மொட் டித்து “என்
களைகணே! ஓலம்" என்று ஓலிட்டு
என்பெலாம் உருகும் அன்பர்தம் கூட்டத்து
என்னையும் புணர்ப்பவன்.

‘(பனி - நீர்த்துளி. மொட்டித்து - குவித்து. களைகணே - துன்பத்தை நீக்குபவனே. ஓலிட்டு - கதறி. புணர்ப்பவன் - சேர்த்து வைப்பவன்.)

இப்படிக் கருணை புரிபவனுடைய இருப்பிடம் இன்னது என்று சொல்ல வருகிறார். நடராசப் பெருமான் இப்படிச் செய்தானாம். அவன் எழுந்தருளியிருக்கும் இடம் திருச்சிற்றம்பலம். சிதம்பரமாகிய பெரும்பற்றப் புலியூரில் உள்ளது திருச்சிற்றம்பலம். பொன்னால் வேய்ந்த அம்பலம் அது. அதைப் பார்த்தாலே, 'எவ்வளவு லக்ஷ்மீகரமான இடம்!' என்று தோன்றும். திரு வளர்கிற இடம் அது. பொருட்

செல்வம் கிடக்கட்டும். அருட் செல்வமாகிய திருவும் வளர்கிறது அல்லவா? அதனைப் பெறத்தானே அன்பர்கள் போகிறார்கள்?'

நடராசப் பெருமானுக்கு அழகிய திருச்சிற்றம்பலமுடையான் என்பது ஒரு திருநாமம். திருச்சிற்றம்பலம் அழகுக் காட்சியோடு திகழ்கிறது. அது அமைந்துள்ள பெரும்பற்றப் புலியூர் எப்படி இருக்கிறது? அதுவும் அழகு மலிந்த ஊர். அந்த அழகைச் சொல்லுகிறார் கருவூர்ச் சித்தர்.

ஊரைச் சூழ்ந்து பல சோலைகள். சோலை நிழல் தருகிறது; கனி தருகிறது. மலர்கள் மலர்ந்து எங்கும் ஒரே மணமாக மணக்கின்றன. மலர்களில் மணம் மாத்திரமா இருக்கும்? தேனும் இருக்கிறது. பனி மலர்ச் சோலை சூழ்ந்த ஊர் பெரும்பற்றப்புலியூர். நடராசப் பெருமானாகிய தேனை நுகர அடியார்கள் பல இடங்களிலிருந்து வருவதுபோல, இந்தச் சோலையில் மலர்களிலுள்ள தேனை அருந்த வண்டுகள் வருகின்றன. நல்ல தேன் இங்கே கிடைக்கும் என்று தெரிந்து வருகின்றன. வந்து ஆனந்தமாக மலர்களில் புகுந்து தேனை நிறைய உண்ணுகின்றன. உண்டு இசை பாடுகின்றன. ஒரு மலரிலிருந்து மற்றொரு மலருக்குத் தாவுகின்றன. இயற்கையின் எழில் நலங்களைக் கண்டு களிக்கும் இயல்புடையவர்கள் அந்தச் சோலைக்கு வருகிறார்கள். அவர்கள் இந்த வண்டுகளைக் கவனிக்கிறார்கள். அவை பாடுகின்றன; ஆடுகின்றன. அவற்றின் முரற்சியிலே ஈடுபடுகிறார்கள். "இதோ இது விளரிப் பண்ணைப் போல இருக்கிறது" என்கிறார் ஒருவர். சிறிது நேரம் சென்றபின், "இப்போது காந்தாரப் பண்ணை அல்லவா கேட்கிறோம்?" என்கிறார் ஒருவர். இப்படிப் பல வகையான பண்களை நினைத்து ஒப்பு நோக்கும்படி அவை முரல்கின்றன.

இத்தகைய சோலைகள் தில்லையில் அடர்ந்து வளர்ந்து திகழ்கின்றன. இவற்றின் வாசலில் அழகாகக் கொடி வீடு அமைத்திருக்கிறார்கள். அதில் சண்பகக் கொடி

படர்ந்திருக்கிறது. கொடி முழுவதும் அரும்பு கட்டியிருக்கிறது. கண் கொள்ளாக் காட்சி!

'அன்பர் கூட்டத்தில் என்னையும் புணர்ப்பவன் கோயில் இத்தனை வளமும் அழகும் உடைய பெரும்பற்றப் புலியூரில் உள்ள திருச்சிற்றம்பலம்' என்று பாடுகிறார் கருவூர்த் தேவர்.

கண்பனி அரும்பக் கைகள்மொட் டித்து, "என்
களைகணே! ஓலம்!" என்று ஒலிட்டு
என்பெலாம் உருக்கும் அன்பர்தம் கூட்டத்து
என்னையும் புணர்ப்பவன் கோயில்,
பண்பல தெளிதேன் பாடிநின்று ஆடப்
பனிமலர்ச் சோலைசூழ் மொழுப்பில்
செண்பகம் அரும்பும் பெரும்பற்றப் புலியூர்த்
திருவளர் திருச்சிற்றம் பலமே.

[கண்ணில் நீர்த்துளி தோன்றக் கைகளைக் குவித்து, "என் துன்பத்தை நீக்கும் பெருமானே! ஓலம்!" என்று கதறி என்பெல்லாம் உருகும்படி நெகிழும் அன்பர்களின் கூட்டத்தில், சிறிதும் தகுதியில்லாத என்னையும் சேர்த்து வைத்தவனுடைய கோயில், இங்கே நல்ல தேன் கிடைக்கும் என்று தெளிந்து வந்த வண்டுகள் பல பண்களைப் பாடி நின்று ஆட, குளிர்ச்சியையுடைய மலர்களைப் பெற்ற சோலைகள் சூழ்ந்த முகப்பில் சண்பகம் அரும்புகின்ற பெரும்பற்றப் புலியூரில் உள்ள செல்வம் வளர்கின்ற திருச்சிற்றம்பலமாகும்.

தெளி - தெளிந்த; அநுபவத்தால் உறுதியாகத் தெரிந்து கொண்ட. தேன் - வண்டு. பனி - குளிர்ச்சி. மொழுப்பு - முகப்பு.

திருவளர் - செல்வம் வளர்கின்ற.]

இது கருவூர்த் தேவர் பாடிய திருவிசைப்பாவில் இரண்டாவது பதிகத்தின் ஐந்தாவது பாட்டு.

ஆலம் உண்டவன் அழகு

தேவர்கள் அமுதம் உண்ண வேண்டும் என்ற அருளினாலே இறைவன் முதலில் நஞ்சை உண்டான். தேவர்கள் பாற்கடலைக் கடைந்தபோது முதலில் மகா தேவனாகிய இறைவனைத் தியானம் செய்ய வேண்டுமென்று அவர்கள் எண்ணவில்லை. அவர்கள் எண்ணாமற் போனாலும் எண்ணும் படியான நிலை வந்துவிட்டது. ஆலாலம் தோன்றியபோது அது கொப்புளித்த வெம்மையைத் தாங்காமல் ஓடினர் தேவர். அதனை முதலில் ஆற்றலழியப் பண்ணினாலன்றித் தேவர்கள் வாழவே இயலாது. எல்லோரும் சாவாத வாழ்வு பெற வேண்டுமென்று எண்ணியே அமுதத்தைக் கடைந்தனர். ஆனால் எல்லோரையும் ஒருங்கே அழித்தொழிக்கும் ஆலமல்லவா இப்போது தோன்றிவிட்டது? அமுதம் கிடைப்பது கிடக்கட்டும். இந்த ஆலாலம் என்னும் மரணவாயிலை அடைக்க வேண்டுமே!

இப்போதுதான் அமரர்களுக்குச் சிவபெருமானுடைய நினைவு வந்தது. அதுவரையில் அவனை மறந்திருந்த அவர்கள் இப்போது அவனை நினைத்து ஓலம் இட்டனர். "முன்பே என்னை ஏன் அழைக்கவில்லை?" என்று இறைவன் எண்ணவில்லை. இப்போதாவது அழைக்கிறார்களே என்று உள்ளம் உவந்தான். அவன் கருணைக் கடல் அல்லவா? அவர்கள் உயிரை வவ்வ இருந்த நஞ்சை உண்டான். அந்த நஞ்சு அவனுடைய திருக்கழுத்தில் நீலமணி போலத் தங்கிவிட்டது.

'நீல மணிமிடற் றொருவன்" (புறநானூறு) என்று நல்லிசைப் புலவர் பாராட்டும்படி அது நிற்கிறது.

இந்த வரலாற்றை ஓர் அன்பர் கேட்டார். இறைவன் திருநீலகண்டத்தின் பெருமையை எண்ணி எண்ணி மகிழ்ந்தார். அவனுடைய காட்சியைப் பெறவேண்டுமென்று ஆசைப்பட்டார்; பக்தி பண்ணினார்; தவம் புரிந்தார்; இறைவன் திருவுருவத்தைத் தரிசிக்கும் பாக்கியம் பெற்றார்.

இறைவன் அமரர் அமுதம் பெறுவதற்காகத்தான் நஞ்சுண்டான் என்பதை எண்ணி எண்ணி உருகுபவராதலின் அவனுடைய திருவுருவ தரிசனம் கிட்டியபோது அவர் பார்வை முதல் முதலாக திருக்கழுத்தில் சென்றது. அதுதான் எத்தனை அழகாக இருக்கிறது! கழுத்து நீல மணியைப்போல அல்லவா சுடர் வீசுகிறது?

நீலமே கண்டம்.

இப்பொருமான் அந்த நஞ்சைத் திருவாயினால் தானே உண்டிருக்க வேண்டும்? கழுத்தை நீலமாக்கிய அந்த நஞ்சு, உண்ட வாயை எப்படி ஆக்கியிருக்கிறது?" என்று எண்ணிப் பார்த்தார். திருவாயில் நஞ்சின் கடுகளவு நிறமும் இல்லை; செக்கச் செவேலென்று பவளம் போல இருந்தது.

பவளமே திருவாய்.

'உதட்டில் படாமல் விழுங்கி விட்டானோ? அப்படியா யின் அவன் பற்கள் எப்படி இருக்கின்றன? என்ற நினைவு அடுத்தபடி வந்தது. பக்தருடைய உள்ளம் தாயின் உள்ளத்தை ஒத்திருந்தது. தன் குழந்தை சற்றே தடுக்கிக் கீழே விழுந்தாலும் எங்கேனும் காயம் பட்டதோ என்று உடம்பெல்லாம் தடவிப் பார்க்கிறாள் அல்லவா? அப்படிப் பார்க்கிறார் இந்தப் பக்தர். 'திருவாய் பவளம் போல இருக்கிறது. ஒருகால் அந்த நஞ்சு பல்லைக் கறுக்கச் செய்திருக்குமோ?' இறைவன் புன்சிரிப்புத் தவழக் காட்சி கொடுக்கிறான். அதனால் பல்லின் வரிசை தெளிவாகத் தெரிகிறது. முத்தைக் கோத்து வைத்தாற்போல் பற்கள் ஒளி வீசுகின்றன.

நித்திலம் நிரைத்து இலங்கினவே
போலுமே முறுவல்.

(நித்திலம் -முத்து. நிரைத்து-வரிசையாகக் கோத்து. இலங்கின- விளங்கின. முறுவல்-புன்னகை.)

'ஒருகால் பல்லிலும் படாமல் விழுங்கினானோ? அதனால் உண்டாகும் வேதனையைச் சகித்துக்கொண்டிருக்கிறானோ?' என்ற பைத்தியக்கார யோசனை தோன்றியது. அன்பு நிலையில் சில சமயம் அறியாமையும் உண்டாகும். அவனுடைய திருமுகமண்டலத்தைப் பார்த்தார். அது மகிழ்ச்சியின் ஒளி படர்ந்து விளங்குகிறது.. கண்டாருக்கு இன்பம் உண்டாகும்படி அதன் தேசு பொலிகிறது. நிறைய ஆனந்தத்தைப் பொழிந்து கொண்டிருக்கிறது.

நிறைய ஆனந்தம் பொழியுமே திருமுகம்.

'நஞ்சை இவன் உண்டதிலே வேதனை இல்லை. அது இவனுக்குச் செயற்கரிய செயலும் அன்று. தன் குழந்தைகளுக்காகத் தான் மருந்துண்ணும் தாய் போன்றவன் இவன். இந்தச் செயலால் இவனுடைய அழகு மிக்குத் தோன்றுகிறது. இவன் அகத்தின் அருள் முகத்தில் அழகுச்சுடர் வீசுகிறது. 'இப்பெருமானுடைய திருக்கோலம் எவ்வளவு அழகாக இருக்கிறது! இந்த அழகைக் கண்டு சொற்களால் வருணித்துச் சொல்வதென்பது நடக்கிற காரியமா? அச்சோ! என்ன அழகு! என்று பிரமித்துப் போய்க் கண்ணை வாங்காமல் பார்த்துப் பார்த்து ஆனந்தம் அடைவதன்றி வேறு என்ன செய்யமுடியும்? எத்தகையவர் கண்டாலும் இந்த அருளழகிலே ஈடுபட்டு உருகித்தான் போவார்கள். குழைந்து குழைந்து தம்மிடம் இருக்கும் கடுமையெல்லாம் மாறி வியப்பே மயமாக ஆகி விடுவார்கள்.

ஒருவர், கோலமே அச்சோ அழகிதே
என்று குழைவரே கண்டவர்.

(கோலம்-உருவ அமைதி. அச்சோ வியப்புக் குறிப்பு. குழைவர்-உருகுவார்.)

நீலமணி போன்ற கண்டத்தையும் பவளம் போன்ற திருவாயையும் முத்துப்போன்ற முறுவலையும் ஆனந்தம் பொழியும் திருமுகத்தையும் தம் கண்களால் கண்டு கண்டு அவற்றின் அழகை மொண்டு உண்டார் அன்பர். 'இத்தனை அழகோடு விளங்கும் இவரா ஆலம் உண்டார்? இதை நம்ப முடியவில்லையே!' என்று ஒரு கணம் அவர் சிந்தனை ஓடியது. 'இல்லை, இல்லை. இவன் உண்டது ஆலந்தான்' என்று மறுபடியும் பழங்கதையை நினைவுக்குக் கொண்டுவந்தார்.

'ஆலம் இவனை என்ன செய்யும்? பிறர் உயிரைக்கொள்ளும் ஆலம் இவன் திருமிடற்றில் மணிபோல அணி பெற்றுத் திகழ்கிறது. ஆலத்தின் கொடுமையை மாற்றி அணியாக ஆக்கியது இவன் திருவருள்' என்று எண்ணி எண்ணி உருகினார்.

இந்தக் காட்சியும் கருத்தும் கருவூர்ச் சித்தருக்குத் திருக்களந்தை என்னும் தலத்தில் உள்ள ஆதித்தேச்சுரத்தில் கிடைத்தன. 'இப்படி அழகு பொலிய இருப்பவன் எங்கே இருக்கிறான் தெரியுமா? அவன் இடம் திருக்களந்தை ஆதித்தேச்சுரம்' என்று அவர் பாடுகிறார்.

நீலமே கண்டம்; பவளமே திருவாய்;
நித்திலம் நிரைத்துஇலங் கினவே
போலுமே முறுவல்; நிறைய ஆனந்தம்
பொழியுமே திருமுகம்; ஒருவர்
கோலமே அச்சோ அழகிதே என்று
குழைவரே கண்டவர்; உண்டது ஆலமே;
ஆகில் அவரிடம் களந்தை அணிதிகழ்
ஆதித்தேச் சுரமே.

[அவர் திருக்கழுத்து நீலமணி போன்றது; திருவாய் பவளம் போன்றது; முத்தை வரிசையாகக் கோத்து விளங்கியதுபோலத் தோன்றும் புன்னகை; நிரம்பிய ஆனந்தத்தைத் திருமுகம்

பொழியும். இந்த ஒப்பற்றவருடைய கோலம் ஆ என்ன அழகாக இருக்கிறது என்று கண்டவர் உருகிப்போவர்; ஆனால் இவர் உண்டது ஆலந்தான். இத்தகைய அடையாளம் உண்டானால் அவர் எழுந்தருளியிருக்கும் இடம் திருக்களந்தையில் உள்ள அழகு பொலியும் ஆதித்தேச்சுரமே.]

இது கருவூர்த்தேவர் திருவாக்கு.

உலா வந்த பெருமான்

உயிர்களுக்கு அருள் செய்யும்பொருட்டு இறைவன் குணம் குறி கடந்த நிலையை நீத்து உருவமும் பெயரும் உடையவனாக எழுந்தருளுகிறான். எந்தக் காலத்திலும் தன்னை வந்து வழிபடுகிறவர்களுக்குப் பயன் தரும் பொருட்டு அங்கங்கே ஆலயங்களில் மூர்த்திகளாக எழுந்தருளியிருக்கிறான்.

பழங் காலம் முதற்கொண்டே கோயில்களில் பூசை முதலியன நடந்து வருகின்றன. மக்கள் கூட்டம் கூட்டமாகப் போய் எம்பெருமானுடைய தரிசனத்தைக் கண்டு அமைதியை அடைகிறார்கள். உலகியலிலே ஈடுபட்டு அதனால் உண்டாகின்ற கவலைகளை மறப்பதற்கு இறைவனுடைய நினைவு கொள்வதைத் தவிர, வேறு போக்கு இல்லை. எத்தனைக் கெத்தனை மனிதன் கல்வி, செல்வம், ஆற்றல் முதலியவைகளால் சிறந்து இருக்கின்றானோ, அத்தனைக் கத்தனை அவனுக்குக் கவலைகளும் துன்பங்களும் உண்டாகின்றன. புற வாழ்வில் விரிவு அடைய அடைய அவனுடைய துன்பங்களும் விரிவடைகின்றன. ஆனால் அகவாழ்விலே அவன் ஆழமாகப் புகப்புக அமைதி உண்டாகும். அகவாழ்வில் புகுவதற்குரிய வழி என்ன என்பதைப் பல காலமாகப் பெரியோர்கள் தேடிக் கொண்டே இருந்தார்கள்.

பாரத நாட்டில், இறைவனுடைய நினைவு பெற்று அவன்பால் பக்தி கொள்வதே அகவாழ்வு என்பதை அறிந்து கொண்டார்கள். மனத்தைப் புறத்தே செலுத்திச் செலுத்தி எல்லையில்லாத ஆசைகளுக்கு உட்பட்டு அவற்றால் வரும் துன்பங்களை அடைந்து அடைந்து, 'இந்தப் புற வாழ்வில்

பயன் இல்லை' என்று தெரிந்துகொண்டார்கள். புற வாழ்வில் மனம் ஈடு படப்பட அது இன்னும் விரிந்து கொண்டே போகும். ஆசை என்னும் பாதையை அமைத்து உலக முழுவதும் உலவி, அதனால் வரும் துன்பங்களைப் பெற்று, மேலும் மேலும் கவலைகளுக்கு ஆளாகி விடுகின்றது மனம். அதற்கு மாறாக மனத்தை உள்ளே செலுத்தி, ஆழமாகச் செலுத்தி, இறைவனுடைய திருவருளை நினைத்திருந்தால் அது அமைதி பெறுகிறது. இப்படி மனத்தில் அமைதியைப் பெறுவதற்கு வழி காட்டுவது இறைவனுடைய திருவருள். அவன் அருளைப் பெறுவதற்கு அவனை வணங்க வேண்டும். இறைவன் மனத்திற்கு அப்பாற் பட்டவன். ஆனாலும் உலகத்திலுள்ள மக்கள் உய்வதற்காகத் திருக் கோயில்களிலே மூர்த்திகளாக எழுந்தருளியிருக்கிறான். அருளே கண்ணாகக் கண்டவர்களுக்குத் தன் திருவுருவத்தைத் தோற்றுவித்துப் பிறரும் அதை வணங்கும்படி ஆலயத்தில் எழுந்தருளி யிருக்கிறான். அதனால்தான் இந்த நாட்டில் எங்கே பார்த்தாலும் கோயில்கள் இருக்கின்றன.

கோயில்களில் இறைவனுடைய பல வகைத் திருவுரு வங்களை அமைத்திருக்கிறார்கள். தினந்தோறும் பூசை முதலியன நடத்துகிறார்கள். ஊரில் உள்ள மக்கள் அத்தனை பேரும் வந்து சார்ந்து இறைவனைப் பணியும்படியான அமைப்புக்கள் எல்லாம் கோயிலிலே இருக்கின்றன. அவர்கள் அமைதி பெற்று வாழ்வதற்குரிய இடமாகக் கோயில் விளங்குகிறது. அந்த அமைதி இல்லாதவர்கள் வாழ்க்கையில் இன்பத்தைக் காண முடியாது; அதனால், 'கோயில் இல்லா ஊரில் குடியிருக்க வேண்டாம்' என்று பெரியோர்கள் பேசுகிறார்கள்.

'திருக்கோயிலில் இல்லாத திருவில் ஊர்' என்று திருநாவுக்கரசர் சொல்லுகிறார். கோயிலில் எழுந்தருளியிருக்கிற இறைவனுக்குத் தினந்தோறும் நடைபெறும் பூசனைக்கு நித்தியம் என்று பெயர். நித்தியம் அல்லாமல் விசேஷ காலங்களில் நிகழும் திருவிழா முதலியவற்றிற்கு நைமித்திகம் என்று பெயர். மனத்துக்கு

எட்டாத கடவுள் புறக் கண்ணுக்குத் தோற்றும் உருவத்தை எடுத்துக் கொண்டு திருக்கோயிலிலே எழுந்தருளியிருக்கிறான். அந்த மூர்த்தியைத் தரிசிக்க வேண்டுமானால் அவன் இருக்கும் கோயிலுக்குச் சென்று காணவேண்டும். அங்கே சென்று அவன் கோயிலை வலம் வரவேண்டும். ஓரளவு முயற்சி இருந்தால் ஒழிய வீட்டில் உள்ள மக்கள் கோயிலுக்குப் போக முடியாது? பக்தர்கள் எங்கெங்கே கோயில்கள் உண்டோ அங்கே எல்லாம் தேடிச் சென்று, எத்தனை தூரமாக இருந்தாலும் அவற்றை அடைந்து, வலம் வந்து போற்றி வணங்குகிறார்கள். ஆனால் இறைவனைக் காண வேண்டும் என்ற ஆர்வம் இல்லாத மக்கள் அவனுடைய கோயில் மிக அருகில் இருந்தாலும் கூடப் போவது இல்லை. பணத்துக்காகவோ புகழுக்காகவோ சில காவதங்கள் கடந்து செல்வதற்குச் சித்தமாக இருக்கின்ற அந்த மக்கள் இறைவனை நினைந்து ஒரு தெருவைக் கடந்து போய் அடுத்த தெருவில் உள்ள கோயிலுக்குச் சென்று வழிபட மாட்டார்கள். அத்தகைய சோம்பேறிகளை ஆட்கொள்வதற்குக் கூட இறைவனுடைய திருவருள் விரிகிறது.

தினந்தோறும் பூசை முதலியவற்றை ஏற்றுக்கொண்டு திருக்கோயிலே மூல மூர்த்தியாக எழுந்தருளியிருக்கின்ற ஆண்டவன் உற்சவ மூர்த்தியாக விசேட காலங்களில் வீதியில் எழுந்தருளுகிறான். அப்படி எழுந்தருளுவதற்கு உரிய விதிகளை எல்லாம் பெரியோர்கள் அமைத்திருக்கிறார்கள். கோயிலிலே இருக்கிற மூர்த்தியைக் காட்டிலும் வெளியிலே உலவுகின்ற உற்சவ மூர்த்தி மிகவும் அழகாக இருப்பதைக் காணலாம். விழாவில்தான் விசேஷ ஆடம்பரங்கள் எல்லாம் இருக்கும். ஆடை, அலங்காரம், வாத்தியம் முதலிய சிறப்புக்களை எல்லாம் திருவிழாக்களில் காணலாம். உற்சவ விக்கிரகமாக இறைவன் திருவீதியிலே எழுந்தருளும் போது காண்கின்றவர்கள் எல்லாம் அந்தக் காட்சியிலே மனம் லயித்து நிற்பார்கள். வாணவேடிக்கைகளைக் கண்டு இன்புறுவார்கள் பலர். சங்கீதம் முதலியவற்றைக்

கேட்கின்றவர் பலர். நல்ல மண மலர்கள் எல்லாம் இன்பத்தைத் தர, அதனால் இன்ப மடைகிறவர் சிலர். இப்படியாக ஐந்து இந்திரியங்களுக்கும் இன்பத்தைத் தருகின்ற பல பொருள்களைக் கூட்டித் திருவிழாவை நடத்துகிறார்கள். மக்கள் பெருங்கூட்டமாக வந்து, இறைவனைத் தரிசிக்கும் பொழுது அதில் ஈடு படாதவர்கள்கூட மெல்ல மெல்லத் தம்முடைய வீட்டிலிருந்து வெளியே வந்து எட்டிப் பார்ப்பார்கள். முதலிலே எட்டிப் பார்க்கும் அந்த முயற்சியே பின்பு திருவீதிக்கு வந்து கை குவித்துப் பார்க்கும்படியாகச் செய்யும்.

இப்படி மெல்ல மெல்ல வீட்டுக்குள்ளே இருக்கும் ஒருவனை வெளியிலே இழுத்து, தன்னைப் பார்க்கும் படியாகச் செய்யும் பொருட்டு ஆண்டவன் திருவுலாவருகிறான். 'நீ என்னுடைய வீட்டுக்கு வராவிட்டாலும் நான் உன் வீட்டுக்கு வருகிறேன்' என்று கருணை மிகுதியினாலே உலா வருகிறான். தன்னிடத்தில் வந்து அன்பு செய்வதற்குரிய மனம் படைக்காதவர்களுக்கு, உருகாத கல் மனத்தினர்களுக்கு, அவர்களுடைய வீட்டுக்குச் சென்று, 'நான் இதோ வந்திருக்கிறேன்' என்று தன்னுடைய உருவத்தைக் காட்டி, அவர்களுடைய மனத்தை உருக்குவதற்காகவே இந்த உலாக்கள் ஏற்பட்டிருக்கின்றன.

திருவிழாக்களில் எம்பெருமான் பல திருக்கோலங்களைக் கொண்டு, பல வகையான அலங்காரங்களைப் பெற்றுத் திருவீதிகளிலே உலாவரும் போதுள்ள தோற்றம் காண்பதற்கரிய காட்சி அல்லவா? எந்த மதத்தினராக இருந்தாலும் அந்தக் காட்சியைக் கண்டு இன்பத்தை அடைவார்கள். அப்படியிருக்க, 'நம்முடைய ஆண்டவன் இப்படி எழுந்தருளினான்' என்ற நினைவு சற்றே உள்ளத்தில் தோன்றுமானால், அப்போது மனம் உருகும். உருகாத மனத்தினர்களை அவர்கள் வீட்டை அண்டி, அவர்கள் வாசலில் நின்று, "இதோ வந்திருக்கிறேன்" என்று காட்டி உருகும்படியாகச் செய்கின்ற பெருங் கருணையை ஆண்டவன் படைத்திருக்கிறான். நையாத மனம்

உடையவர்களை நைவிக்கும் பொருட்டுத் தெருவிலே உலா வருகிறான். அப்படி உலா வருவதனாலே அவனுக்குப் புதிய பெருமை எதுவும் உண்டாவதில்லை. அவனுடைய பெருமையை மற்றவர்கள் உணர்ந்து போற்ற வேண்டும் என்பது இல்லை. ஆனால் அவனுடைய அழகிலே ஈடுபட்டு, அவனுடைய திருவருளை நன்கு நினைந்து உருகினால் அப்படி உருகுகிறவர் களுக்கு மனத்தில் அமைதி உண்டாகிறது; இறைவன் அருளைப் பெற்று வாழும் வகை ஏற்படுகிறது. இந்த அமைதியைத் தாமாக முயன்று பெற மாட்டாத மக்களுக்கு, 'நானே தருவேன்' என்று சொல்லுவானைப் போல அவன் திருவுலா வந்து, வீதிக்கு வீதி எழுந்தருளி, வீட்டுக்கு முன்னாலே வந்து நிற்கிறான்.

ஒரு தலம். அந்தத் தலத்தில் பூசை முதலியன நன்கு நடக்கின்றன. ஆனால் அந்தப் பெண்மணி கோயிலுக்குப் போனதே இல்லை. கோயிலிலே எழுந்தருளியிருக்கின்றவன் பேரழகன் என்று யாரோ சொல்லக் கேட்டிருக்கிறாள். நேரே போய்ப் பார்த்ததில்லை. பார்த்திருந்தால் அல்லவா அவள் மனம் உருகும்?

அவள் தன்னுடைய வீட்டிலே இருக்கிறாள். எம் பெருமான் அவளை ஆட்கொள்ள விரும்பினான். அவன் திருவுலாவாக எழுந்தருளினான். மூவுலகத்திலும் விஞ்சிய பேரழகனாகிய திரிலோக சுந்தரன் அவன். அவன் இப்போது வீதியிலே எழுந்தருளித் தன்னுடைய அற்புதமான திருக் கோலத்தைக் காட்டினான். அந்தப் பெண், வீட்டுக்குள்ளே இருந்தவள் வெளியிலே ஒலிக்கின்ற இசைக் கருவிகளின் இசையைக் கேட்டாள். அங்கே பரவியிருக்கின்ற மலரின் மணத்தையும் தூபத்தின் மணத்தையும் உணர்ந்தாள். பெருங் கூட்டமாக மக்கள் வாசலிலே 'ஹர ஹர' என்று ஆரவாரம் செய்வதைக் கேட்டாள். இவை யாவும் உள்ளேயிருக்கும் அவளை வெளியிலே இழுத்து வந்தன. வந்து பார்த்தாள். இதுவரைக்கும் பாராத காட்சியைக் கண்டாள். மிகவும் அழகான திருக்கோலத்துடன், கல் மனத்தையும் உருக்குகின்ற காட்சியுடன் எம்பெருமான் விடையின்மேல் எழுந்தருளி

வந்தான். அந்தப் பெருமானைக் கண்டவுடன், 'இதுகாறும் நாம் இந்தத் தோற்றத்தைக் காணவில்லையே!' என்று அவள் மனம் நைந்து உருகியது. நையாத மனத்தினளாகிய அவள் இப்போது நைந்து போனாள். 'அடடா! இந்தப் பெருமானை அல்லவா நாம் இவ்வளவு காலம் மறந்திருந்தோம்? இவனை நாம் சென்று வேண்டி, இவனுடைய திருவழகைப் பார்த்து இன்புற வேண்டியிருக்க, இவனே நம்மைத் தேடிக்கொண்டு நம் வாசலில் வந்து விட்டானே!' ' என்று அவள் மனம் உருகியது.

தன்னுடைய திருவாயிலிலே எம்பெருமான் எழுந்தருளி யிருக்கும்போது, அவனுடைய அடிமுதல் முடிவரை உள்ள அலங்காரங்களைக் கண்டு, அவனுடைய பேரழகிலே ஈடுபட்டு நின்றாள். அவள் பெண்தானே? அவனைத் தொடர்ந்து அவன் உலாவப்போகும் வீதி எல்லாம் சுற்றித் திரிய முடியுமா? நாணம் உடைய பெண்ணாகையாலே அவனைத் தன் கண்ணாலே கண்ட அளவில் இன்புற்றாள். உள்ளத்திலே படம் பிடித்துக் கொண்டாள். வீட்டுக்குள்ளே சென்றாள். அது வரைக்கும் உருகாத மனத்தைப் பெற்ற அந்தப் பெண்ணுக்கு அதுமுதல் உள்ளம் உருகியது.

எம்பெருமானுடைய திருவுருவம் அகக் கண்ணிலிருந்து மறையாமலே நின்று கொண்டிருந்தது. அதை நினைந்து நினைந்து எப்பொழுதும் அந்தப் பெருமானைப் பற்றிப் பேசிக் கொண்டே இருந்தாள்.

நையாத மனத்தினளை நைவிப்பான் இத்தெருவே
ஐயாநீ உலாப்போந்த அன்றுமுதல்.

அதுவரைக்கும் அவள் கண்ணிலிருந்து ஒரு சொட்டுக் கண்ணீர் வந்ததில்லை. இப்பொழுது அவள் நிலையை அவள் தோழி பார்க்கிறாள். பார்த்து, 'ஏது, இவளிடத்தில் புதிய கோலம் உண்டாயிருக்கிறது?' என்று நினைத்துப் பார்க்கிறாள். ஓரளவு அவள் தெரிந்து கொள்கிறாள்.

அந்த இளம் பெண் எப்பொழுதும் இறைவனை நினைந்து கைகளைக் குவித்துத் தொழுகிறாள். கண்களிலிருந்து அருவி போல நீர் சொரிந்து கொண்டே இருக்கிறது. இதற்குக் காரணம் என்ன என்பதைத் தோழிதான் நன்கு தெரிந்து கொண்டாளே! நையாத மனத்தினளாகிய அந்தப் பெண்ணை நைவிக்கும் பொருட்டே திருவுலா வந்தான் எம்பெருமான். மூவுலகத்திலும் ஒப்பற்ற பேரழகனாக விளங்கும் சிவபெருமான் அந்தத் தெருவிலே வந்தான் என்பதைத் தெரிந்து கொண்டாள், அப்படி வந்தது என்றோ ஒரு நாள். ஆனால் பல காலமாக அதையே நினைந்து கொண்டு, இந்தப் பெண் இன்னும் வருந்திக் கொண்டேயிருக்கிறாள். இப்படி இருந்தும் இன்னும் அவன் அருள் செய்யவில்லையே! "அருள் செய்ய மாட்டாயா?" என்று எம்பெருமானை நோக்கி அந்தத் தோழி கேட்கிறாள்.

கருவூர்ச் சித்தர் தோழி சொல்லும் வார்த்தையாக இந்தப் பாட்டை அமைக்கிறார்.

நையாத மனத்தினளை நைவிப்பான் இத்தெருவே
ஐயாநீ உலாப்போந்த அன்றுமுதல் இன்றுவரை
கையாரத் தொழுதுஅருவி கண்ணாரச் சொரிந்தாலும்
செய்யாயோ அருள்கோடைத் திரைலோக்ய சுந்தரனே?

[ஐயா! திரை லோக்கிய சுந்தரனே! உருகாத மனத்தையுடைய இப்பெண்ணை உருகச் செய்யும் பொருட்டு இந்தத் தெருவின் வழியே நீ திருவுலா வந்த அந்த நாள் முதல் இன்றுவரையிலும் நின்னை இவள் கையாரத் தொழுது, கண் நிறைய நீரை அருவியாகச் சொரிந்தாலும் அருள் செய்யமாட்டாயா?

நையாத - உருகாத. நைவிப்பான் - உருக்க. கை ஆர - கைநிறைய, கண் ஆர - கண் நிறைய. திரைலோக்ய சுந்தரன் மூவுலகத்துக்கும் பேரழகன்.

நையாத மனத்தினனை என்பதும் ஒரு பாடம்.]

இது திரைலோக்கிய சுந்தரம் என்ற திருத்தலத்தில் பாடப்பெற்றது. அது சோழநாட்டில் கோட்டூர் என்ற ஊருக்கு அருகில் உள்ளது. கோடை என்பது கோட்டூர். கோட்டூருக்கு அருகில் உள்ள திரைலோக்கிய சுந்தரமாதலின் கோடைத் திரைலோக்கிய சுந்தரம் என்றார். இது திரைலோக்கி என்று இப்போது வழங்குகின்றது.

அவனது எளிமை

சோழ அரசர்களில் சிறந்த இராசராசன் தஞ்சையில் பிருகதீசுவரர் திருக்கோயிலைப் பெரியதாகக் கட்டினான். அவனுடைய மகனான இராசேந்திர சோழன் வடநாடு சென்று மன்னர்களை வென்று கங்கையில் நீராடிக் கங்கை நீர் எடுத்து வந்து சோழ நாட்டில் ஓரிடத்தில் ஊரும் கோயிலும் அமைத்து இறைவனைப் பிரதிஷ்டை செய்து ஆட்டினான். கங்கை நீரைப் பகை மன்னர் தலையிற் சுமக்கச் செய்து கொண்டு வந்தமையால் அந்தச் சோழ மன்னனுக்குக் கங்கை கொண்ட சோழன் என்று பெயர். அவன் நிறுவிய நகரத்துக்குக் கங்கைகொண்ட சோழபுரம் என்றும், கட்டிய கோயிலுக்குக் கங்கைகொண்ட சோழேச்சுரம் என்றும் பெயர்கள் உண்டாயின. அக்கோயிலில் உள்ள சிவபிரானுக்குக் கங்கைகொண்ட சோழீச்சரன் என்பது திருநாமம்.

கங்கைகொண்ட சோழபுரத் திருக்கோயில் மிகப்பெரியது. அங்கே எழுந்தருளியிருக்கும் சிவலிங்கப் பெருமான் திருவுருவமும் மிகப் பெரியது. அப்பெருமானுக்கு அபிஷேகம் முதலியன செய்வதற்குச் சாரம் கட்டியிருக்கிறார்கள்.

கருவூர்ச் சித்தர் கங்கை கொண்ட சோழ்புரத்துக்குப் போனார். 'கோயில் எத்தனை பெரியதாக இருக்கிறது!' என்று வியந்தார். திருக்கோயிலுக்குள்ளே புகுந்து சிவபெருமானைத் தரிசித்தார். அவர் பல திருக்கோயில்களைப் பார்த்தவர்; அங்கங்கே எழுந்தருளியுள்ள மூர்த்திகளையும் தரிசித்தவர். இங்கே கங்கைகொண்ட சோழீச்சரத்தானைப் பார்த்து அவர் பிரமித்துப் போனார். 'எத்தனை பெரிய லிங்கம்!' என்று வியப்படைந்து நின்றார். 'இந்த லிங்கத்தை இங்கே பிரதிஷ்டை செய்து பூசையாதியன நிகழும்படி செய்தானே,

அவனுடைய பக்தி எவ்வளவு சிறந்தது!' என்று அவர் நினைத்திருக்கக்கூடும்.

அவருக்கு அப்போது வேறு ஓர் எண்ணமும் தோன்றியது. 'இறைவனுடைய மூர்த்தியாகிய சிவலிங்கம் இவ்வளவு பெரியதாக எங்கும் இல்லை என்று எண்ணினோமே. திருவண்ணாமலையில் மலையே சிவலிங்கம் அல்லவா? அது எவ்வளவு பெரியது!' என்ற நினைவிலே ஊன்றினார். 'இப்போது காணுகிற மலையே இப்படியிருக்கிறதே; இது முதல் முதல் சோதிலிங்கமாகத் தோன்றிய பொழுது எவ்வளவு பெரியதாக இருக்கவேண்டும்!' தொடர்ந்து அவருடைய சிந்தனை ஓடியது.

அளவறியாத சோதிப் பெருவடிவமாக இறைவன் எழுந்தருளினான். அவனுடைய திருவுருவம் எல்லை காண முடியாத பெரிய உருவமாக இருந்தது. அதன் முடியை அளந்து அறிந்து விடலாம் என்ற தருக்கு நான்முகனுக்கு உண்டாயிற்று. அவன் விசும்பிலே பறந்து சென்று இறைவன் திருமுடியைத் தொட்டுவிடலாம் என்று எண்ணினான். அன்னமாய் உருவெடுத்துப் பறந்து சென்றான். உலகத்தையெல்லாம் படைக்கின்ற அயனாக இருந்தாலும் அவன் தேடிப் பறக்கப் பறக்க இறைவன் திருவுருவம் உயரமாகவே இருந்தது; முடியைக் காண முடியவில்லை.

'இந்தச் சிவலிங்கம் பெரியதென்று வியக்கின்றோமே; அந்தச் சோதிலிங்கம் அன்னமாய் விசும்பு பறந்து அயன்தேட அப்பொழுதும் அளந்து அறிய முடியாதபடி இருந்ததென்றால் அது எவ்வளவு பெரியதாக இருக்க வேண்டும்!' சிறிது நேரம் தம் கற்பனைக் கண்ணால் அந்தச் சோதிலிங்கத்தைக் காண முயன்றார். அவருக்கு மலைக்குமேல் மலைப்பாக இருந்தது.

இப்போது வேறு ஒரு நினைவு எழுந்தது. 'அவ்வளவு பெரிய பரமசிவன் நம்மைப் போன்ற சிறிய அறிவும் சிறிய ஆற்றலும் உள்ளவர்களின் உள்ளத்திலே புகுந்து விளங்குகிறானே! அவன் கருணையை என்னவென்று சொல்வது' என்று

எண்ணினார். பெரியவர்கள் தம் பெருமையை எண்ணாமல் சிறியவர்களுக்கும் எளியராகி வந்து உதவி புரிந்தால் அவர்களுடைய பெருமை ஓங்கும். பிறவற்றால் உண்டான பெருமைகளையெல்லாம்விட, எளியோருக்கு இரங்கும் எளிமையால் வரும் பெருமை மிகப் பெரிது.

எம்பெருமான் அத்தகைய கருணை படைத்தவன். எளிமையினாற் பெரிய பெருமான் அவன். அன்னமாய் விசும்பு பறந்து அயன் தேடும்படியாக அங்ஙனம் பெரிய திருவுருவத் தோடு நின்ற அவன், அறிவிலும் ஆற்றலிலும் சிறிய மனிதருடைய உள்ளத்திலே புகுந்து அவர்களுக்கு அருள் செய் கிறானே! அவன் எளிமை எவ்வளவு சிறந்தது! அது அவ னுடைய பெருங் கருணையைப் புலப்படுத்துவது அல்லவா? அதனை நாம் எளிதில் மறக்க முடியுமா?

அன்னமாய் விசும்பு பறந்து அயன் தேட
அங்ஙனே பெரியநீ சிறிய
என்னை ஆள் விரும்பி என் மனம்புகுந்த
எளிமையை என்றும்நான் மறக்கேன்?

[பிரமன் அன்னமாகி வானத்தில் பறந்து திருமுடியைத் தேட, அவ்வாறு பெரியவனாக உள்ள நீ எல்லாவற்றிலும் சிறிய அடியேனை ஆளாக விரும்பி என் மனத்தில் புகுந்த எளிய கருணையை என்றும் நான் மறக்கமாட்டேன்.

விசும்பு - வானம். அயன் - பிரமன். மறக்கேன் - மறவேன்.]

அன்னமாய்ப் பறந்து தேடிய அயன் இறைவனுடைய திருவுருவ எல்லை முடிய நாடவில்லை. அவன் மேல் எல்லையை மாத்திரம் கருதி மேலே பறந்தான். அவனுடைய கீழ் எல்லையை மற்றொருவர் தேடினார். திருமால் இறைவன் திருவடியைக் காணவேண்டுமென்று புறப்பட்டார் அல்லவா? நான்முகன் அன்னமாகிய கதையின் மற்றொரு பகுதி இது. அதையும் கருவூர்ச்சித்தர் நினைத்துப் பார்த்தார்; 'பிரமன் தேட அவனுக்குத் தட்டுப்படாமல் பெரியவனாக நின்றவன் என்றோமே; அதற்குமேலும் அவன் பெருமை உண்டே; அதை

மறக்கலாமா? நான்முகன் தேடிய அந்தப் பழங்காலத்திலே மாலும் தேடினான். அவனும் அறியாமல் பெரியவனாக நின்றவன் அவன்' என்று நினைத்தவுடன், அவர் சொல்லலானார்.

முன்னம் மால் அறியா ஒருவன்.

(சோதிலிங்கமாக நின்ற பழங்காலத்தில் திருமால் அறிய முடியாமல் நின்ற ஒருவன்.

ஒருவன் - ஒப்பற்றவன்.)

அவன் ஒருவன். ஆனாலும் ஆணும் பெண்ணுமாகிய இரண்டு திருக்கோலம் இணைந்த உருவமுடையவன். தனித் தனி இரண்டு பேராக இருந்தால் இருவர் என்று சொல்லலாம். எம்பெருமானோ ஒரே உருவத்தில் இரு வேறு கோல இணைப்புடன் விளங்குகிறான். அவனும் அவளுமாகிய ஒருவன் அவன். ஒருவன் என்றும் சொல்ல ஒண்ணாது; இருவர் என்றும் சொல்ல ஒண்ணாது. இரண்டையும் கலந்து இருவன் என்றால் என்ன?

கருவூர்ச்சித்தர் புதிய சொல் ஒன்றைப் படைத்தார். இருவன் என்பதுதான் அச்சொல், அந்தப் பெயரால் இறைவனை விளிக்கிறார்.

முன்னம் மால் அறியா ஒருவனாம் இருவா!

ஒருவன், இருவன் என்று சொன்னவுடன் அவருக்கு எண்களின் அடுக்கு நினைவுக்கு வந்தது. ஒன்று இரண்டு மூன்று நான்கு இப்படி உள்ள எண்களை நினைத்தார்; இறைவனோடு தொடர்பு படுத்தினார். ஒன்று - ஒருவன் என்று சொன்னார். இரண்டு இருவன் என்று பொருத்தினார். மூன்று - முக் கண்ணின் நினைவு எழுந்தது. நான்கு நான்கு தோள்களை நினைத்தார்; பாடினார்.

ஒருவனாம் இருவா!
முக்கணா! நாற்பெருந் தடந்தோள்
கன்னலே!

(ஒப்பற்றவனாம் இருவர் கோலம் ஒன்றாகியவனே! மூன்று கண்களை உடையவனே! பெரிய விசாலமான நான்கு தோள்களை உடைய கரும்பு போன்றவனே!

கன்னல்— கரும்பு.)

ஒப்பற்றவனாகவும் நான்முகனுக்கும் திருமாலுக்கும் அறிய ஒண்ணாதவனாகவும் சிவசக்தி உருவனாகவும் முக்கண் மூர்த்தியாகவும் நான்கு தோள்களை உடையவனாகவும் நிற்கும் இறைவன், அடியார்க்கு எளியவனாக அவர்களுடைய சிறிய நெஞ்சிலும் புகுந்து கோயில் கொண்டு விளங்குகிறான். சிவன் அவர்களுடைய உள்ளத்தில் இருப்பது எப்படித் தெரிகிறது? அவர்களுக்கு உலகத்துப் பொருள்களால் உண்டாகாத இன்ப அநுபவம் உண்டாகிறது. அதை எப்படிச் சொல்வது?

கரும்பையும் தேனையும் இனிமைக்கு அளவு கோலாக வைத்துக் கொண்ட உலகத்துக்கு அவற்றைச் சொன்னால்தான் விளங்கும். இனிய பொருளுக்குத் தாங்கள் அறியாத ஒன்றைக்கூட மக்கள் உவமையாகச் சொல்வார்கள். அந்தப் பொருள்தான் அமுதம். இந்த எல்லாவற்றையும் சொல்லி இறைவன் இன்ப அநுபவப் பொருளாக அடியவர்களுக்கு இருப்பதைச் சொல்கிறார் கருவூரார்.

கன்னலே! தேனே! அமுதமே! கங்கை
கொண்ட சோளேச்சுரத் தானே!

மிகப் பெரிய இறைவன் மிகச் சிறியவர்களுக்கு எளியனாகி வந்து அவர்களால் நுகரப் பெறும் பொருளாக நிற்கிறான் என்பதை உணர்ந்தால் அவனுடைய கருணையை நினைக்கவும் அதனால் உருகவும் வழி உண்டாகும்.

அன்னமாய் விசும்பு பரந்துஅயன் தேட
அங்ஙனே பெரியநீ சிறிய
என்னை ஆள் விரும்பி என்மனம் புகுந்த
எளிமையை என்றும்நான் மறக்கேன்;
முன்னம்மால் அறியா ஒருவனாம் இருவா!
முக்கணா! நாற்பெருந் தடந்தோட் கன்னலே! தேனே!
அமுதமே! கங்கை கொண்டசோ ளேச்சுரத் தானே!

இனி என்ன கவலை?

பெரிய கடல் அது; அலை கொந்தளித்துக் குமுறும் கடல், அதன்கண் விழுந்தவர்கள மீண்டும் கரையேறுவது என்பது இயலாத காரியம். கடலில் கையாற்றல் உள்ள வரையில் மிதக்கலாம் என்றாலோ அக்கடலில் உள்ள சுறாமீன் முதலியவை சும்மா விடுமா? எப்படியோ தவித்து முயன்று மேலே ஒருவன் மிதக்கிறான். கடலில் மிதந்து வரும் கட்டை ஒன்றைப் பற்றிக்கொண்டு இளைப்பாறுகிறான். நல்ல வேளையாக ஒரு தோணி அந்தப் பக்கமாக வருகிறது. கையிளைத்துப் போனவன் கதறுகிறான்; உதவி வேண்டுமென்று கூவுகிறான். அப்போது தோணியில் உள்ளவர்கள் இரங்கி அவனருகில் வந்து அவனை ஏற்றிக் கொள்கிறார்கள். இனி அவனுக்குக் கடலைப் பற்றிய பயமே இல்லை. எப்படியாவது தோணி அவனைக் கரையில் சேர்த்துவிடும்.

கடற்கரையில் அவன் ஏறினால் போதுமா? அவன் போக வேண்டிய வீடு கடற்கரையிலிருந்து நெடுந்தூரத்தில் இருக்கிறது. அதற்குப் போகும் வழி எளிதில் கடந்து செல்லக்கூடியது அன்று. அந்த வழியில் ஆறலை கள்வர்கள் இருக்கிறார்கள். வழிப்போவாரிடத்தில் எவ்வளவு சிறிய பொருள் இருந்தாலும் விடமாட்டார்கள்; கைப்பற்றிக் கொள்வார்கள். அவர்களுக்குத் தெரியாமல் அந்த வழியைக் கடக்க வேண்டும்; அல்லது அவர்களைத் தன்னுடைய வலிமையாலே எதிர்த்து அடக்கி வென்று மேலே செல்ல வேண்டும்.

கடலிலே தத்தளித்தவன் தோணியில் ஏறிக் கரையும் ஏறிவிடுகிறான். பிறகு உள்ள வழியில் கள்வர்களோடு

போராடி வென்று, போக வேண்டிய வீட்டையும் அடைகிறான். அந்த வீட்டுக்குத் தலைவன் கருணாமூர்த்தி யென்பதை அறிந்தே இத்துணை இடையூறுகளையும் கடந்து சென்று சேர்கிறான்.

'இந்த வீட்டுக்குத் தலைவனை எப்போது காண்போம்! எப்போது அவனுடைய அன்புக்கு ஆளாவோம்!' என்ற எண்ணம் சிறிது அவனுக்குத் தோன்றுகிறது. ஆனால் அடுத்த கணமே மற்றோர் எண்ணமும் உண்டாகிறது. 'நான் கடலுக்கு அஞ்சினேன். அதைத் தாண்டிவிட்டேன். கள்வருக்கு அஞ்சினேன். அவர்களை வென்றுவிட்டேன். மீட்டும் கடலாலும் கள்வராலும் எனக்குத் துன்பம் இல்லை. இன்பம் கிடைக்குமா என்று ஏன் ஏங்க வேண்டும்? துன்பத்தினின்றும் விடுபட்டதே ஓர் இன்பந்தானே? வீட்டுக்காரர் என்னைப் பார்ப்பதற்கு எவ்வளவு நாளானாலும் குற்றம் இல்லை. நான் அவருள்ள இடத்துக்கு வந்துவிட்டேன். என்னுடைய முயற்சியால் எது செய்ய வேண்டுமோ, அதை நான் முற்றும் செய்துவிட்டேன். இனி மேல் எனக்குக் கடமை இல்லை. வீட்டுக்காரர் கடமைதான் எஞ்சியிருக்கிறது. அவர் என்னைப் பார்த்தால் என்ன, பாராவிட்டால் என்ன? எனக்கு அதைப்பற்றிக் கவலை இல்லை. கவலைப்பட வேண்டிய நிலைகளைக் கடந்து கவலையில்லா நிலத்துக்கு வந்துவிட்டேன்.' -இப்படி அவன் நினைத்து இன்புறுகிறான்.

பாவம் புண்ணியம் என்னும் கடுமையான அலைகள் அடிக்கின்றன. பாசமாகிய கடல் விரிந்து பரந்து கிடக்கிறது. அதனிடையே சிக்கிய உயிர் இரண்டு வினைகளாகிற அலை களிடையே அலைப்புண்டு எப்போதும் சுழன்று கொண்டே இருக்கிறது. பாச நீக்கமாகிய கரையைச் சேர்வதற்கு அடியார் கூட்டமாகிய தோணி கிடைத்தால் ஏறிக் கொள்ளலாம். அந்தத் தோணி கிடைக்கிறது. குரு என்ற தோணிக்காரன், தோணியில் ஏற்றிக் கொள்கிறான். இருவினையாகிய கடலைக் கடந்து இருவினையொப்பாகிய கரையை அடைகிறான். ஐம் பொறி களாகிய கள்வர்கள் ஞானமென்னும் செல்வத்தைக் கவரப் பார்க்கிறார்கள். அவர்களை ஒறுத்து இந்திரிய நிக்கிரகம்

என்னும் வெற்றியைப் பெற்று மலபரிபாகம் அடைந்து பின்பு சத்திநிபாதம் என்ற நிலையை அடைகிறான். இறைவனுடைய அருளினிடத்தே ஒன்றும் முயற்சியில் அவனுடைய திருவடியை அடைந்து பற்றிக்கொள்கிறான்.

பாசமும் இந்திரியங்களும் உயிர்களைப் பிறவிக் கடலில் ஆழ்த்திப் பலவிதமான துன்பங்களை அடையச் செய்கின்றன. அவற்றின் வலிமை யொழிந்தால் இறைவன் திருவருளநுபவம் உண்டாகியது. அந்த அருளநுபவம் பெற்றவர்களுக்கு, இந்த உடம்போடு வாழ்ந்தாலும் அச்சம் இருப்பதில்லை. எல்லாப் பற்றையும் விட்டுச் சிறந்த பற்றுக் கோடாகிய இறைவன் திருவடியைப் பற்றிக் கொண்டமையால், இந்த உடம்பு எவ்வளவு நாளைக்கு இருந்தாலும் அவர்களுக்குக் கவலை உண்டாவதில்லை. 'இனி நமக்கு என்று விடுதலைகிடைக்கும் என்ற கவலை இல்லை. மரணம் வருமே என்ற துக்கமும் இல்லை' என்ற பெருமித நிலையில் அவர்கள் இருப்பார்கள்.

"சந்ததமும் வேதமொழி யாதொன்று பற்றினது
தான்வந்து முற்றும் எனலால்
சகமீ திருந்தாலும் மரணம்உண் டென்பதைச்
சதாநிஷ்டர் நினைவதில்லை"

என்பது தாயுமானவர் வாக்கு.

கருவூர்த் தேவர் இந்த நிலையில் இருந்து பாடுகிறார். 'நான் கடுமையாகிய இருவினை அலை வீசும் பாசக் கடலைக் கடந்துவிட்டேன். ஐம்பொறிகளாகிய கள்வரை ஓட்டி விட்டேன். இறைவனே, உன்னுடைய திருவடியிரண்டையும் எப்படி அடைய வேண்டுமோ, அப்படி அடைந்து விட்டேன். இனிமேல், நீ அருள் செய்; அன்றி அருள் செய்யாமற் போ. அதைப்பற்றி எனக்குக் கவலை இல்லை' என்று பாடுகிறார்.

கடுவினைப் பாசக் கடல்கடந்து ஐவர்
கள்ளரை மெள்ளவே துரந்துஉன்

அடியிணை இரண்டும் அடையுமாறு அடைந்தேன்; அருள்செய்வாய், அருள்செயாது ஒழிவாய்.

[கடுமையான இருவினைகளோடு கூடிய பாசமாகிய கடலைக் கடந்து ஐந்து பொறிகளாகிய கள்வரை மெல்ல மெல்ல ஓட்டி உன்னுடைய திருவடிகள் இரண்டையும் அடையும் முறையில் அடைந்தேன்; இனி நீ அருள் செய்வாயானாலும் அருள் செய்யாமல் இருந்தாலும் அதைப் பற்றி நான் கவலையுறவில்லை.

ஐவர் என்றது ஐம்பொறிகளை. துரந்து - ஓட்டி. அடியிணை என்பது அடிகள் என்னும் துணையாய் நின்றது.]

இறைவன் நிச்சயமாக அருள்செய்வான் என்ற உறுதி யுடையவர் கருவூர்த் தேவர். 'இனிமேல் அருள் செய்வது அவன் கடமை; அதைப் பற்றி நாம் கவலைப்பட வேண்டியதில்லை' என்னும் மன நிலையோடு பாடுகிறார்.

***"தன்கடன் அடியேனையும் தாங்குதல்
என்க டன்பணி செய்து கிடப்பதே"***

என்று அப்பர் சுவாமிகளும் அருளினார். பொறிகளைக் கள்வர் என்று சொல்வது மரபு. என்றேனும் நல்லறிவு தோன்றினாலும் அது தொழிற்படாமல் இருக்கும்படி இழுத்துக் குலைப்பதனால் அவ்வாறு கூறுவர்.

இந்த நினைவு கருவூர்த் தேவருக்குத் திருப்பூவணம் என்னும் தலத்தில் உண்டாயிற்று. வையையாற்றங்கரையில் உள்ள தலம் அது. அந்த ஊரைப்பற்றிச் சொல்கிறார்.

இறைவனுடைய அருள் விளக்கம் மலிந்த அந்த ஊரில் செல்வம் வளர்கிறது. எங்கே பார்த்தாலும் மிக உயர்ந்த மாடங்கள் உள்ளன. அந்த மாடங்களில் இரவு பகல் இல்லாமல் ஒளி நின்று நிலவுகிறது. இரவு நேரங்களில் கண்ணைப் பறிக்கும் நிலை விளக்குகள் பல ஒளிவிடுகின்றன. வீடு எங்கணும் காற்றோட்டத்துக்காகப் பல சாளரங்கள்

வைத்திருக்கிறார்கள். அவற்றின் வழியே உள்ளே உள்ள விளக்குகளின் ஒளி புறத்தே வீசுகின்றது. சாளரங்களின் பக்கத்தில் விளக்குகள் கிடந்து இலங்குகின்றன. இப்படி ஒளியும் உயர்வும் உள்ள மாடங்கள் பல பண்டங்களை விற்கும் அங்காடி வீதிகளில் ஓங்கி நிற்கின்றன. அந்த ஆவண வீதி பூவண நகரின் செல்வச் சிறப்பைக் காட்டுகிறது. அத்தகைய பொருள் வளம் சிறக்கும் நகரில் அருள் வளமும் கொழிக்கும் வண்ணம் எம்பெருமான் கோயில் கொண்டு எழுந்தருளியிருக்கிறான்.

நெடுநிலை மாடத்து இரவுஇருள் கிழிக்க
நிலைவிளக்கு அலகில்சா லேகப்
புடைகிடந் திலங்கும் ஆவண வீதிப்
பூவணம் கோயில்கொண் டாயே.

[உயர்ந்த பல நிலைகளையுடைய மாடங்களில் இரவில் இருளைக் கிழித்துக் கொண்டு ஒளி பரவும்படியாக நிலை விளக்குகள் கணக்கற்ற சாளரங்களின் பக்கத்திலே இருந்து விளங்கும் ஆவண வீதிகளையுடைய திருப்பூவணத்தில் கோயில்கொண்டு எழுந்தருளி இருப்பவனே!

நிலை - அடுக்கு; எழு நிலை மாடம் என்பது போன்றது. அலகு கணக்கு. சாலேகம் - சாளரம். புடை - அருகில். ஆவண வீதி - கடைத்தெரு.]

இறைவனை அடைய வேண்டிய முறைப்படி அடைந்தவர்களுக்கு, மேற்கொண்டு எல்லாம் அவன் செயல் என்ற உறுதி அமைந்து விடுவதால் அவர்களுக்குக் கவலை இருப்பதில்லை. அவனடியைப் பற்றிக் கிடந்தால் மற்றப் பொருள்களால் வரும் கவலை மாத்திரம் அன்று; அவன் அருள்வானோ, அருளாதொழிவானோ என்ற கவலைக்கும் இடம் இல்லை.

“தனக்குவமை இல்லாதான் தாள்சேர்ந்தார்க் கல்லால்
மனக்கவலை மாற்றல் அரிது”

என்ற திருக்குறள் மனக்கவலைக்கு மாற்று இறைவன் திருத்தாளைப் பற்றுதல் என்பதைச் சொல்கிறது.

கடுவினைப் பாசக் கடல்கடந்து ஐவர்
கள்ளரை மெள்ளவே துரந்துஉன்
அடியிணை இரண்டும் அடையுமாறு அடைந்தேன்
அருள்செய்வாய், அருள் செயாது ஒழிவாய்;
நெடுநிலை மாடத்து இரவுஇருள் கிழிக்க
நிலைவிளக்கு அலகில்சா லேகப்
புடைகிடந்து இலங்கும் ஆவண வீதிப்
பூவணம் கோயில்கொண் டாயே!

இப்பாசுரம் கருவூர்த்தேவர் திருவிசைப்பாவில் திருப் பூவணப் பதிகத்தில் ஐந்தாவதாக அமைந்திருப்பது.

நெஞ்சக் கோயில்

சோழ அரசர்களில் பிற்காலத்தில் மிகச் சிறந்த நிலையில் வாழ்ந்தவன் முதலாம் இராசராச சோழன். அவனுடைய வீரமும் ஈரமும் வெற்றியையும் புண்ணியத்தையும் அவனுக்குக் காணியாக்கின. நாலு திசையிலும் தன்னுடைய வீரத்தினால் வெற்றியை நிறுவிய அவன் தஞ்சையில் இறைவனுக்கு ஒரு பெரிய கோயிலை எடுப்பித்தான். அது இன்றும் வானுற ஓங்கி நிற்கிறது. அதற்கு இராசராசேச்சுரம் என்ற பெயர் உண்டாயிற்று. தன்னுடைய வெற்றி மிடுக்கினால் அவன் செருக்கு அடையவில்லை. இறைவனுக்குத் திருக் கோயில் எடுத்து வழிபட்டான். அவன் காலத்தில் கருவூர்த் தேவர் வாழ்ந்து வந்தார். அவரைப் பற்றிய கதை ஒன்று கர்ண பரம்பரையாக வழங்கி வருகிறது.

இராசராசசோழன் வடக்கேயிருந்து பெரிய லிங்கத்தைக் கொணர்ந்து பிரதிஷ்டை செய்ய எண்ணினான். கோயிலும் பெரியது; அதில் எழுந்தருளியிருக்கும் சிவலிங்கப் பெருமானும் பெரியவர். அவருக்குப் பெருவுடையார் என்றும் பிருகதீசுவரர் என்றும் திருநாமம் வழங்கும். அவ்வளவு பெரிய லிங்கத்தைப் பிரதிஷ்டை செய்யும்போது அஷ்டபந்தன மருந்து வைத்து நிறுவினார்களாம். அது சரியாகப் பொருந்தவில்லையாம். எத்தனையோ ஆர்வத்தோடு அப்பெருமானை நிறுவ எண்ணிய அரசனுக்கு இப்போது கவலை உண்டாகிவிட்டது. என்ன என்னவோ செய்து பார்த்தும் மருந்து பிடிக்கவில்லை. அப்போது கருவூர்ச் சித்தருக்கு இந்தச் செய்தி தெரியவந்தது. அவர் திருக்கோயிலுக்கு வந்தார். தாம்பூலம் தரித்து அந்த எச்சிலை மருந்து வைத்த இடத்தில் துப்பினார். மருந்து பிடித்துக் கொண்டது; சிவலிங்கப் பெருமான் அசையவில்லை.

இந்தக் கதை உண்மையானாலும் அன்றானாலும் இராசராச சோழன் தஞ்சைத் திருக்கோயிலை எடுத்தபோது அவனுக்கு உறுதுணையாக இருந்து கருவூர்ச்சித்தர் உதவினார் என்ற செய்தியை இதிலிருந்து எடுத்துக் கொள்ளலாம். மூவர் காலத்துக்குப் பின்னால் எழுந்த கோயிலாதலின் அதற்குத் தேவாரப் பாடல் அமையவில்லை. ஆயினும் தக்க பெரியாரின் பாடல் வேண்டும் என்று விரும்பினான் அரசன். கருவூர்த்தேவர் தம் கண்முன் எழும்பிய அத்திருக்கோயிலைப் பாடினார். திருவிசைப்பாவில் அவர் பாடிய பதினொரு திருப்பாடல்கள் உள்ளன.

கருவூரார் தாம் பச்சிலை தின்று சித்த நிலை பெற்றதை அப்பதிகத்தின் இறுதிப் பாசுரத்தில் சொல்கிறார்.

அருமருந் தருந்தி அல்லல்தீர் கருவூர்
அறைந்தசொல் மாலையீ ரைந்தின்
பொருள்மருந் துடையோர் சிவபதம் என்னும்
பொன்னெடுங் குன்றுடை யோரே

என்பது அப்பகுதி.

அப்பதிகத்தில் ஒரு பாசுரத்தை இங்கே பார்க்கலாம்.

தஞ்சை சோழ ராசதானியாதலின் மிகப்பெரியது. பலவகையான மாடங்களும் மாளிகைகளும் நிரம்பியது. கலைஞர்களும் கவிஞர்களும் குழுமித் தங்கள் ஆற்றலைக் காட்டிப் பரிசு பெற்றுக் களிக்கும் இடம் அது. அங்கங்கே நடம் பயிலும் மகளிர் பலர் வாழ்ந்தனர். அதற்கு ஏற்ற சிறந்த நாடக சாலைகள் நகரத்தில் இருந்தன. மிகப்பெரிய சாலைகள் இவை. பார்த்தால் குன்று போல் ஓங்கி நின்றன. அழகிய மயிலைப் போன்ற மங்கையர் புருவத்தின் அசைப்பிலும் கண் பார்வையிலும் பல்வகைக் குறிப்புகளைக் காட்டி நடனம் செய்தனர்.

மதில் சூழ்ந்த மாநகரமாகிய தஞ்சையில் இத்தகைய நாடக சாலைகள் பல இருந்ததைக் கண்டவர் கருவூர்த்தேவர். அந்

நகரினிடையே விளங்குவது இராசராசேச்சுரமாகிய திருக்கோயில்.

மின்னெடும் புருவத்து இளமயில் அனையார்
விலங்கல்செய் நாடக சாலை
இன்னடம் பயிலும் இஞ்சிசூழ் தஞ்சை
இராசரா சேச்சுரத்து இவர்க்கே.

[மின்னுகின்ற நீண்ட புருவம். விலங்கல்செய் - மலையின் தோற்றத்தைச் செய்கின்ற. இன்னடம் - இனிய நடனம். பயிலும் தஞ்சை, இஞ்சிசூழ் தஞ்சை என்று கூட்டவேண்டும். இஞ்சி - மதில். தம்முடைய மனத்தில் எப்போதும் இருப்பவராதலின் அணிமைச் சுட்டாக 'இவர்க்கே' என்றார்.)

சிவபெருமானுடைய பெருமைகள் பல. வரம்பிலா ஆற்றல், வரம்பிலா அறிவு முதலியவற்றை உடையவன் அவன். மனத்துக்கும் வாக்குக்கும் எட்டாதவன். பொறிகளால் உணரமாட்டாதவன். வேதமும் காணாத பெருமான். இப்படி யெல்லாம் அவனுடைய அருமைப்பாட்டைச் சொல்லிக் கொண்டே போனால் கேட்பவர்களுக்கு வியப்புத் தோன்றும். சில சமயங்களில் அச்சமும் தோன்றும், 'நமக்கும் அவனுக்கும் எத்துணைத் தூரம்!' என்ற மலைப்பும் உண்டாகும்.

இந்த மலைப்பை மாற்றி இறைவனிடத்தில் நம்பிக்கையும் பக்தியும் உண்டாகும்படி செய்பவை, பக்திச் சிறப்பினால் அவனுடைய அருளநுபவத்தைப் பெற்றவர்களின் திருவாக்குகள். 'இவ்வளவு பெரியவனாக இருந்தாலும் நம் போன்றவர்களுக்கு அருள் செய்யும் கருணையை உடையவன்' என்பதை அவர்கள் வற்புறுத்திச் சொல்வார்கள். நமக்குப் பயன் கிடைக்கும் என்ற நம்பிக்கையிருந்தால்தான் மக்கள் ஒரு பொருளை அணுகுவார்கள். இறைவனுடைய கருணை நமக்குக் கிடைக்கும் என்று கூறுவதனால் நம்முடைய மனத்தை இறைவன்பாற் செலுத்த வழி வகுக்கிறார்கள் பெரியவர்கள். அவர்கள் அதோடு நிற்பதில்லை.

படித்து வேலையில்லாமல் அல்லலுறும் இளைஞனைப் பார்த்து முயற்சியையுடைய ஒருவர், "நானும் உன்னைப் போலத்தான் இருந்தேன். வேலைக்குப் போகும்போது எனக்கு இருபது ரூபாய்தான் சம்பளம். இப்போது இரண்டாயிர ரூபாய் கிடைக்கிறது. நீயும் முயற்சி செய்" என்று தூண்டுவதுபோல அருளநுபவம் பெற்ற பெரியோர்களும் பேசுகிறார்கள். "நான் மிக மிக இழிந்த நிலையில் இருந்தேன். இறைவன் கருணை மிகுதியால் என்னை ஆட்கொண்டான்" என்று தம்முடைய சொந்த அநுபவத்தைச் சொல்லும்போது நமக்குப் பின்னும் நம்பிக்கை இறுகுகிறது; இறைவன் அருளை நாமும் பெற முடியும் என்ற உண்மை புலப்படுகிறது. அது அழுத்தமாகப் பதிந்தவுடன் நாமும் பக்தி பண்ணத் தொடங்குகிறோம்.

அந்த முறையில் கருவூர்த்தேவர் பெருவுடையார் தமக்கு அருள் செய்த கருணையை எடுத்துச் சொல்கிறார். அவன் மிகமிகப் பெரியவனாக இருந்தும் தமக்கு எளியவனாக வந்து ஆண்ட கருணையைச் சொல்லி உருகுகிறார்.

தமக்கு அருள் செய்ததை மாத்திரம் சொன்னால் போதாது என்று தோன்றுகிறது. 'அவன் இப்படி எல்லோருக்குமே எளியவனாகி வருபவன் போலும்!' என்ற எண்ணம் நமக்குத் தோன்றும் அல்லவா? உண்மை அது அன்று.

'எல்லோருக்கும் எளிதில் கிடைப்பது அன்று அவனது அருள். அதைப் பெறுவதற்காக ஆற்றலாலும் அறிவினாலும் பொருளாலும் முயற்சியினாலும் பெரியவர்கள் பலர் ஏங்கிக் கிடக்கிறார்கள். ஒரு நாள் அல்ல, இரண்டு நாள் அல்ல; எத்தனையோ காலம் அவர்கள் தொண்டு புரிந்து, இறைவன் திருவருள் கிடைக்கவில்லையே என்று ஏம்பலிக்கிறார்கள்; பன்னெடுங்காலம் பணிசெய்து கிடக்கிறார்கள். அவர்கள் இன்று நேற்று அன்பர்களானவர்கள் அல்ல; மிகப் பழையவர்கள். அவர்களுக்கு இன்னும் இறைவன் அருள் கிட்டவில்லை. ஆனால் எனக்கு அவன் எளியனானான். என் மனமாகிய கோயிலிலே புகுந்து வீற்றிருக்கிறான் - என் மனம்

ஏதோ குறுகிய குகை என்று நினைத்திருந்தேன். இப்போதுதான் தெரிகிறது அதன் பெருமை. மிகப் பெரிய இராசராசேச்சுரத்து ஈசன் எழுந்தருளுவதற்கு ஏற்ற நெடுங் கோயில் அல்லவா இது? இந்த மனத்தை நெடுங்கோயிலாக்கியதும் அவன்தான். அவனுடைய எளிமையை என்னவென்று சொல்வேன்!'

கருவூர்த் தேவர் இவ்வாறு சொல்லி உருகுகிறார்.

பன்னெடுங் காலம் பணிசெய்து பழையோர்
தாம்பலர் ஏம்பலித் திருக்க
என்நெடுங் கோயில் நெஞ்சுவீற் றிருந்த
எளிமையை என்றும்நான் மறக்கேன்;
மின்னெடும் புருவத்து இளமயில் அனையார்
விலங்கல்செய் நாடக சாலை
இன்னடம் பயிலும் இஞ்சிசூழ் தஞ்சை
இராசரா சேச்சுரத் திவர்க்கே.

[பணி - தொண்டு. ஏம்பலித்து - ஏங்கி. நெடுங்கோயிலாகிய நெஞ்சு. மறக்கேன்- மறக்கமாட்டேன். இராசராசேச்சுரத்தில் உள்ள இவருக்குப் பணிசெய்து ஏம்பலித்திருக்க என்று கூட்ட வேண்டும்.]

பழையவர்கள் பல காலம் பணி செய்து ஏங்கி நிற்க என்று சொன்னதனால், 'நான் மிகப் புதியவன்; சில காலமே இறைவனை அறிவேன்; பணி செய்யும் ஆற்றல் இல்லாதவன்' என்று தம் சிறுமையை உய்த்துணர வைத்தார்.

'பெருவுடையாருக்குப் பெருமை மற்றவற்றால் அமைவது அன்று; அவன் தகுதியில்லாத எனக்கும் எளியனாகி வந்து அருள் செய்தானே, அதுதான் சிறந்த பெருமை' என்ற கருத்தை இந்தப் பாடல் புலப்படுத்துகிறது.

திருவிசைப்பாவில் 16-ஆவதாகிய இராசராசேச்சுரப் பதிகத்தில் 8-ஆம் திருப்பாசுரம் இது.

பொய்கையும் புனலும்

எங்கும் மழை பெய்து நீர் தேங்கியிருக்கிறது. ஆற்றில் செக்கச் செவேலென்று புதுவெள்ளம் வருகிறது. அதோ ஒரு பொய்கை நிறைந்து வழிகிறது. அந்த நீரும் கலங்கலாகத்தான் இருக்கிறது.

புதிய நீர் வந்தால் அது இப்படிக் கலங்கலாக இருப்பதேன்? மண்ணை அரித்துக் கொண்டு வரும் நீரில் அந்த மண் கலப்பதனால் நீர் கலங்குகிறது. ஆழமான நீரை எவ்வளவு கலக்கினாலும் அது கலங்காது. நீரில் வேறு ஒன்றும் கலக்காத வரையில் அதற்குக் கலக்கம் இல்லை. மழை பெய்யும்போது மண் கலப்பதனால் நீர் மண்ணின் இயல்பையும் ஏற்று நிறமும் சுவையும் மணமும் மாறி நிற்கிறது.

"நிலத்தியல்பால் நீர்திரிந் தற்றாகும்"

என்ற குறளில் இந்தச் செய்தி வருகிறது.

ஆற்றிலே கலங்கிய நீர் வந்தால் அதை எடுத்துத் தெளிய வைக்கவேண்டும். குளத்திலே கலங்கிய நீர் இருந்தால் சில காலம் அப்படியே இருக்கும்; வரவரத் தெளிந்துவிடும். நீரில் கலந்திருந்த மண் மெல்ல மெல்லக் கீழே போய்ப் படிந்து விடும்போது நீர் தெளிகிறது. அது வரையில் நீரோடும் கலந்து தனியே தெரியாமல் இருந்த மண், தெளிந்தபோது கீழே படிந்துவிடுகிறது. அப்போது நீரின் தெளிவால் கீழே படிந்த மண் நன்றாகத் தெரிகிறது.

தண்ணீர் கலங்கியிருந்தபோது அதில் மண் கலந்திருப்பதை யாரும் நினைத்துப் பார்க்கிறதில்லை. மழையினால் புறத்திலுள்ள மண் நீரோடு கலந்து வந்துவிடுகிறது. நீர்

தெளிகின்றபோது அந்த மண் வேறு எங்கும் போகாமல் அந்த நீருக்கு அடியிலேதான் கிடக்கிறது.

இறைவன் மக்கள் நெஞ்சத்திலே இருக்கிறான். அங்கே அவன் எப்படியோ புகுந்துகொண்டான். அவனுடைய கருணை மழைதான் அதற்குக் காரணம். ஆனால் நெஞ்சிலே தெளி வில்லாமையால் இறைவன் உள்ளமாகிய தாமரையில் எழுந்தருளியிருக்கிறான் என்பதை உணர முடிவதில்லை.

பக்தியுண்டாகி அறிவு சிறந்து ஒருவனுக்குத் தெளிவு ஏற்படுகிறது. அப்போது தன் நெஞ்சிலே இறைவன் கோயில் கொண்டிருப்பதை அவன் உணர்கிறான். அதுகாறும் இறைவன் அவ்விடத்தில் கலந்திருந்தாலும், தெளிவின்மையால் அவன் இருப்பது புலனாகவில்லை. இப்போது கலக்கமின்றி தெளித்தமையால் இறைவன் தன் நெஞ்சிற் புகுந்து நிற்றலை உணர்கிறான்.

கருவூர்த் தேவர் பக்தர்களுடைய, அநுபவமாகிய இதைச் சொல்கிறார்; ஓர் அன்பர் இறைவனைத் துதிப்பதாக வைத்துச் சொல்கிறார்.

கலங்கல்அம் பொய்கைப் புனல்தெளி விடத்துக்
கலந்தமண் இடைக்கிடந் தாங்கு
நலங்கலந்து அடியேன் சிந்தையுள் புகுந்த
நம்பனே!

[கலங்கலையுடைய அழகிய பொய்கையிலுள்ள நீரானது தெளியும் காலத்தில் அதில் கலந்திருந்த மண் அவ்விடத்தில் தனியே தோற்றிக் கிடந்ததுபோல, அருளாகிய நலத்தோடு கலந்து அடியேனுடைய நெஞ்சில் புகுந்த இறைவனே!

அம்-அழகிய, இடை-இடம். கிடந்தாங்கு-கிடந்ததுபோல. நம்பன்-அடியவர்களுடைய விருப்பத்துக்கு உரியவன்.]

இறைவன் புதிதாகச் சிந்தையுட் புகவில்லை. அவன் எப்போதும் அதனூடே இருக்கிறான். ஆனால் அவன்

இருப்பது மற்றச் சமயங்களில் தெரிவதில்லை. சிந்தை தெளிந்தபோது தெரிவதால் அப்போது புகுந்தது போலத் தோன்றுகிறது. மண் முன்பு கலந்திருந்தது; பின் கீழே படிந்து தோன்றியதே ஒழியப் புதிதாகப் புகவில்லை. இறைவன் புகுந்ததும் அத்தகையதுதான்.

கருவூர்த்தேவர் இறைவனிடம் ஆழ்ந்த அன்பு உடையவர். அவரை மற்றவர்கள் பார்த்தால், "இவருடைய அன்பு எவ்வளவு சிறந்தது!" என்று வியப்படைவார்கள். அவரோ மற்ற அன்பர்களைப் பார்த்து "ஆ! எத்தனை அன்பு இவருக்கு!" என்று வியப்பவர். தமக்கு அவர்களைப் போன்ற அன்பு இல்லையே என்று ஏங்குவார். இந்த இயல்பு எல்லா அன்பர்களிடத்திலும் காண்பதற்குரியதே.

தம்முடைய அநுபவத்தால் உணர்ந்ததை, "இது என் அநுபவம்" என்று சொல்ல அவருக்குத் தோன்றவில்லை. "இப்படியெல்லாம் அன்பர்கள் அநுபவிக்கிறார்கள்" என்று மற்ற அன்பர்களைக் காட்டுகிறார். அவர்கள் இறைவனை அணுகி உருகுவதை எண்ணி எண்ணி இன்புறுகிறார். நமக்கும் சொல்கிறார். இறைவன் தம் சிந்தையுட் புகுந்ததைத் தெளிந்த சிந்தையோடு கண்டு, அந்த அநுபவத்தை அவர்கள் சொல்வதாகத் தொடங்கியவர் மேலும் சொல்கிறார்.

உண்மையான பக்தர்கள், "நான் பக்தி செய்தேன்; அதனால் இறைவன் என்னை ஆண்டுகொண்டான்" என்று சொல்ல மாட்டார்கள். "ஒன்றுக்கும் பற்றாத நாயேனையும் அவன் தன் கருணையினால் ஆட்கொண்டான்" என்றுதான் சொல்வார்கள். கருவூர்ச்சித்தர் நமக்குக் காட்டுகிற பக்தர் என்ன சொல்லுகிறார் தெரியுமா? "நான் பெரிய வம்புக்காரனாக இருந்தேனே; என்னுடைய அறிவிலே புகுந்து இறைவன் நிற்கிறான்" என்கிறார். இறைவன் சந்நிதானத்தில் நின்று, "ஆண்டவனே, பொய்கையில் நீர் தெளிந்த போது மண் தோன்றியது போல, என் சிந்தை தெளிந்தபோது உன்னைக் காணச்செய்தாயே; அப்படித் தெளிந்ததற்குக் காரணமான முயற்சியை நான் செய்யவில்லை. நான் வம்புகளிலே சிக்கிக்

கலங்கி நின்றவன். என் அறிவிலே கலந்து அதைத் தெளியச் செய்தவனும் நீதான். எந்தத் தகுதியும் இல்லாத எளியேனை ஆண்டுகொண்ட கருணைக்கு நான் என் செய்ய வல்லேன்!" என்று சொல்லிச் சொல்லி உருகுகிறார்; புலம்புகிறார்.

கலங்கலம் பொய்கைப் புனல்தெளிவிடத்துக்
கலந்தமண் இடைக்கிடந் தாங்கு
நலம்கலந்து அடியேன் சிந்தையுட் புகுந்த
நம்பனே! வம்பனேனுடைய
புலம்கலந் தவனே! என்று நின்று உருகிப்
புலம்புவார்.

(வம்பனேன்-வம்பனாகிய நான். புலம்-அறிவு.)

இப்படி உருகுகின்ற பக்தர்களின் உள்ளத்தில் அன்பு வெள்ளம் தேக்கெறிகிறது. அதன் அடையாளம் போல அவர் களுடைய கண்களில் நீர் அருவியாக வருகிறது. கார்காலத்து மழையினால் வரும் அருவியைப் போல அன்பர்களின் கண்கள் நீர் சொரிகின்றன. அது பக்தியின் அடையாளம்.

"உடம்பெல்லாம் கண்ணாய் அண்ணா
வெள்ளந்தான் பாயாதால்"

என்று மாணிக்கவாசகர் இந்த நிலையைச் சுட்டுகிறார்.

அன்பர்களுடைய கண் கலங்கி மலங்கியிருக்கிறது. ஒலி வருகின்ற கார்காலத்து அருவிபோல அதிலிருந்து நீர் பெருகுகிறது. அத்தகையவர்களின் கண்மணியைப் போல இறைவன் விளங்குகிறான்.

இறைவன் அடியவர்களின் கண்மணியைப் போல விளங்குகிறவன் என்று சொல்ல வந்த கருவூர்த்தேவர் அந்தக் கண்ணைச் சிறப்பிக்கிறார். கண்ணுக்குள்ள தனிச் சிறப்பு என்ன?

கருத்திலே உள்ள உணர்ச்சியை மெய்ப்பாட்டினால் உணர்த்துவது அது. அடியாருடைய கண் அல்லவா? அவர்கள் இறைவனை வணங்கித் துதித்து உருகிப் புலம்புகிறார்கள்; புலம்பிக் கண்ணீர் உகுக்கிறார்கள். இடையறா அருவி சொரியும் கண் அது. அத்தகைய கண்ணில் உள்ள மணியைப் போன்றவன் அவன். அந்தக் கண் மற்றப் பொருள்களை அவர்கள் பார்க்க உதவுது மாத்திரம் அன்று; அடியவர்களின் கருத்திலே பொ கும் அன்பு வெள்ளத்தைப் பிறருக்குக் காட்டும் சாளராகவும் அது இலங்குகிறது.

இறைவன் அடியவர்களின் கண்மணியைப் போல இருப்பவன் என்ற இந்த அருமையான கருத்து, கருவூர்ச் சித்தர் திருவிடை மருதூருக்குச் சென்று இறைவனைத் தரிசித்தபோது தோன்றியது.

கலங்கலம் பொய்கைப் புனல்தெளி விடத்துக்
கலந்தமண் இடைக்கிடந் தாங்கு
நலம்கலந்து அடியேன் சிந்தையுட் புகுந்த
நம்பனே! வம்பனே னுடைய
புலம்கலந்தவனே! என்றுநின்று உருகிப்
புலம்புவார் அலம்புகார் அருவி
மலங்கல்அம் கண்ணில் கண்மணி அனையான்
மருவிடம் திருவிடை மருதே.

[அலம்பு - ஒலிக்கின்ற. கார் அருவி-கார்காலத்து அருவி. மலங்கல்- கலக்கம். மருவு இடம்-எழுந்தருளிய தலம். திருவிடைமருது- திருவிடைமருதூர்.

'நம்பனே! கலந்தவனே!' என்று புலம்புவாருடைய கண்ணிற் கண்மணி யனையான் மருவும் இடம் திருவிடைமருது.]

தித்திக்கும் திருவுருவம்

திருப்பூந்துருத்தி என்பது ஒரு சிவத் தலம். அங்கே நம்பிகாட நம்பி என்ற அந்தணர் வாழ்ந்து வந்தார். அவர் இறைவனிடத்தில் இடையறாத அன்பு பூண்டவர். இறைவன் எழுந்தருளியிருக்கும் தலங்களுக்குச் சென்று தரிசித்து உணர்ச்சி வசப்பட்டு இனிய பாடல்களைப் பாடும் இயல்பு உடையவர் அவர்.

ஒரு நாள் அவர் திருவாரூருக்குச் சென்றிருந்தார். அங்கே, அன்று தியாகராசப் பெருமான் திருவீதியில் எழுந்தருளி உலா வந்து கொண்டிருந்தான். அஜபாநடனம் செய்யும் அந்தப் பெருமானுடைய பவனி கண் கொள்ளாக் காட்சியாக இருக்கும். அப்பொழுது நடைபெறும் நடனம் மிகச் சிறப்புள்ளது. அந்த நடனத்தைக் காண்பதற்காக நெடுந்தூரத்திலிருந்து அடியார்கள் வந்து கூட்டம் கூட்டமாகக் குழுமுவார்கள். தியாகராசப் பெருமானுடைய திருக்கோலத்தில் தங்கள் கண்களைச் சிக்க விட்டு, மெய்ம்மறந்து நிற்பார்கள். அவனுடைய இருந்தாடும் கோலத்தைப் புகழ்வாரும், செவ்வந்தித் தோட்டு அழகைப் பருகுவாரும், திருமுக மண்டலத்தின் தனியழகை மடுப்பாரும் ஆகப் பக்தி வெள்ளம் அலையோட, அன்பர்கள் தம்மை மறந்து நிற்பார்கள்.

இத்தகைய காட்சியைக் காடநம்பி கண்டார். இறைவனுடைய திருவுருவத்தில் கண்களைப் புதைத்து, உடம் பெல்லாம் புளகம் போர்ப்ப, அதுகாறும் கண்டறியாத ஆனந்த அநுபவத்தில் ஒன்றி நின்றார். தம்மைப் போலவே மற்ற அன்பர்களும் கரையறியா இன்பக் கடலில் மிதப்பதைக் கண்டு அவருடைய உள்ளம் வியப்பு மயமாயிற்று.

தியாகராசப் பெருமான் தேவலோகத்தில் இந்திரனுடைய வழிபடு தெய்வமாக இருந்து, பின்பு முசுகுந்தச் சக்கரவர்த்தியினால் பூவுலகத்துக்குக் கொண்டு வரப்பெற்றவன். அந்தப் பெருமானுடைய திருவருளைப் பெற்று, அவனுடைய திருவுலாக் காட்சியைச் சேவித்து இன்பமுறும் பெரும் பேற்றைத் தேவர்கள் இழந்து விட்டார்கள். இந்தப் பெருமானைத் திருவாரூரில் கண்டு, உலகத்துப் பக்தர்கள் எல்லாம் இப்போது இன்புறுகிறார்கள்.

இந்த நினைவு காட நம்பிக்கு வந்தது. 'தேவர்களுக்கு இந்தப் பெருமானுடைய பேரழகு தெரிந்திருந்தால் இவனைக் கைவிட்டிருப்பார்களா? இப்போது அன்பர்கள் அநுபவிக்கும் இன்ப நுகர்ச்சி எள்ளளவாவது அவர்களுக்குத் தெரிய வருமா? அந்தோ! பாவம்! அவர்கள் பெறுதற்கரிய இவ்வின்பத்தை இழந்துவிட்டார்களே!' என்ற நினைவு வந்தது. அவர்களைப் பார்த்து, "பாக்கியமில்லாத தேவர்களே! இந்தப் பெருமானுடைய அழகை முன்பு நீங்கள் காணவில்லையா? இங்கே வந்து பாருங்கள். பக்தர்களுடைய அநுபவப் பொருளாய் நடம் குலாவும் இவனைப் பாருங்கள்" என்று சொல்லத் தொடங்கினார்.

இறைவனுடைய திருவுருவத்தைத் திருக்கோயிலில் யாவரும் காணலாம். ஆனால் அந்த உருவத்தைக் கண்டு மனம் உருகும் நிலை எல்லோருக்கும் வராது. தன் காதலனைப் பிரிந்து சில நாள் பிறந்த வீட்டில் தங்கும் பெண்ணுக்கு அவனிடமிருந்து வரும் கடிதம் இன்பத்தை உண்டாக்குகிறது. அதற்குக் காரணம் அவள் உள்ளத்தில் உள்ள காதல்தான். வேறு யாரேனும் கடிதம் எழுதினால் அது அவளுக்கு அத்தனை இன்பத்தைத் தருவதில்லை.

இறைவனுடைய திருவுருவங்களும் பக்தி என்னும் உணர்வுடையவர்களுக்கு இன்பத்தை உண்டாகும். அவ்வுருவத் தின் தத்துவங்களை நன்கு உணர்பவர்களுக்குப் பின்னும் மிகுதியான இன்பம் உண்டாகும். இறைவனுடைய

நினைப்பை உண்டாக்கும் எந்தப் பொருளும் பக்தர்களுக்கு ஆனந்தத்தை விளைவிக்கும்.

தியாகராசப் பெருமானுடைய திருக்கோலத்தைக் காணும் பக்தர்கள் அப்பெருமானையே பார்த்துக் கொண்டு நிற்கிறார்கள். இறைவனுடைய திருவருளைப் பெற்றவர்கள் அவர்கள். பக்தி மயமாகி, அதனாற் பெற்ற மெய்யுணர்விலே நின்று, இறைவன் அருளை நுகர்ந்து அருட் கண்ணால் இப்போது இந்த அமுதப் பிழம்பாகிய திருவுருவத்தைப் பருகுகிறவர்கள் அல்லவா? அமுதத்தை உண்டால் இறவாமை உண்டாகும். அவர்கள் இவ்வுலகில் பிணி பசி மூப்புடைய உடம்பைப் பெற்றாலும் அந்த நிலையை மறந்து இறவாத இன்பநிலையைப் பெற்றவர்களைப் போலவே தோற்றுகிறார்கள்.

இந்தக் கோலத்தை ஒரு முறை பார்த்ததோடு நிற்கிறார்களா? மேலும் மேலும் பார்க்கிறார்கள். அவன் திருவுருவம் அவர்களுக்குத் தித்திக்கிறது. அந்த உருவத்திலே சொக்கிப் போய் நிற்கிறார்கள்.அவன் திருவுருவம் எவ்வளவு அழகாக இருக்கிறது!

"தேவர்களே! பக்தர்களுக்குத் தித்தித்திருக்கும் இந்த அற்புத எழிற்கோலம் இருக்கிற படியை இப்போது வந்து பாருங்கள். நீங்கள் இமையாத கண்கள் உடையவர்களாயிற்றே! அவற்றை வைத்துக் கொண்டு பார்க்க வேண்டியவற்றைப் பாராமல் இருக்கிறீர்களே! இங்கே வாருங்கள்; வந்து பாருங்கள். உங்களுக்குப் பார்க்கத் தெரியாவிட்டாலும், இதோ இந்தப் பேரழகை மொண்டு மொண்டு கண்ணால் உண்ணும் பக்தரைப் பாருங்கள். அப்புறமாவது இப்பெருமானுடைய திருவுரு வத்தைப் பார்த்து இன்புறும் நிலை உங்களுக்கு வரலாம்." இவ்வாறெல்லாம் எண்ணிப் பூந்துருத்தி காட நம்பி பாடுகிறார்.

பத்தியாய் உணர்வோர் அருளைவாய் மடுத்துப்
பருகுதோறு அமுதம்ஒத்து அவர்க்கே

தித்தியா இருக்கும்; தேவர்காள்! இவர்தம்
திருவுரு இருந்தவா காணீர்!

[தேவர்களே! பக்திமயமாகி உணர்கின்றவர் திருவருளை நுகர்ந்து கண்களாற் கண்டு அனுபவிக்கும்போதெல்லாம் அமுதத்தை ஒத்து அந்தப் பக்தர்களுக்குத் தித்தித்திருக்கும் இவருடைய திருவுருவம் இருந்த விதத்தைப் பாருங்கள்.

வாய்மடுத்து - உண்டு. தித்தியா இருக்கும் திருவுரு என்று கூட்டவேண்டும். தேவர்காள்: இடைப்பிறவரல். இருந்தவா- இருந்தவாற்றை.)

'இங்கே நம்முடைய கண்களாலே கண்டு இன்புறும் வண்ணம் திருவுருவம் கொண்டவர் யார் தெரியுமா? எளிதிலே காணக் கிடைப்பதனால் இவரை எளியவரென்று எண்ணக் கூடாது. எல்லா உலகத்தையும் படைத்துக் காத்து அழிப்பதற்கு மூலமாயுள்ள அருட் சக்தி இவரே; அச்சக்தியைத் தம்முள்ளே அடக்கிக் கொண்டு நிற்கும் சிவமும் இவரே. உலகத்துக் கெல்லாம் மூலமாகிய தத்துவத்தைப் புறப்பட விட்டு உலகப் படைப்புக்கு முதலில் காரணமாக இருக்கும் முழு முதற் கடவுளும் இவரே. இவ்வுலகம் அழிந்தாலும் மீண்டும் மீண்டும் படைப்பதற்குரிய வித்தாகி விளங்குபவரும் இவரே. இப்படி உள்ள பெருமான் இன்று திருவாரூர்க் கோயிலில் எழுந்தருளும் கடவுளாகவும், வீதியிலே எழுந்தருளி நையாதார் உள்ளத்தையும் நையவைக்கும் வீதி விடங்கராகவும் இருக்கிறார். இதோ இருந்தபடியே நடனமிடும் தியாகராசராக இருக்கிறார். தேவர்களே! வந்து பாருங்கள்.

சத்தியாய்ச் சிவமாய் உலகெலாம் படைத்த
தனிமுழு முதலுமாய் அதற்கோர்
வித்துமாய் ஆரூர் ஆதியாய் வீதி
விடங்கராய் நடம்குலா வினரே.

(தனி முழு முதல்-ஒப்பற்ற பரிபூரணமான முதற்பொருள். அதற்கு-அவ்வுலகத்துக்கு. வீதியிலே எழுந்தருளி மனு நீதிச்

சோழனுக்கு அருள் செய்தமையால் வீதி விடங்கர் என்ற திருநாமம் பெற்றார். விடங்கர்-உளிபடாத சுயம்பு மூர்த்தி. நடம்-நடனம்.)

வீதியில் வந்து கூத்தாடுகிறவர்களைப் பிச்சைக்காரர் என்றும் ஏழை என்றும் இழித்துப் பேசுவது உலக இயல்பு. இந்தப் பெருமான் திருவீதியில் வந்து ஆடுகிறாரென்பதனால் இவருக்கு ஏதாவது இழிவு உண்டா? இவர் திருவுருவத்தைப் பார்த்தால் எத்தனை அழகாக இருக்கிறது! கண்ணாலே காண்பது மட்டுமன்று; கருத்தாலே சிறிது சிந்தித்துப் பார்த்தால் இவர் எத்தகையவர் என்பதை உணரலாம். சக்திரமுதல் வீதி விடங்கர் வரையுமாக நிற்கும் பரம்பொருள் அல்லவா இவர்? இங்கே வந்து நடம் குலாவுவதற்குக் காரணம் இவருடைய கருணை.

இதை உய்த்துணர வைக்கிறது பாட்டு

பத்தியாய் உணர்வோர் அருளைவாய் மடுத்துப்
பருகுதோறு அமுதம்ஒத்து அவர்க்கே
சித்தியா இருக்கும், தேவர்காள்! இவர்தம்
திருவுரு இருந்தவா காணீர்;
சத்தியாய்ச் சிவமாய் உலகெலாம் படைத்த
தனிமுழு முதலுமாய் அதற்குஓர்
வித்துமாய் ஆரூர் ஆதியாய் வீதி
விடங்கராய் நடம்குலா வினரே.

பூந்துருத்தி நம்பி காட நம்பி திருவாரூரைப் பற்றிப் பாடிய பாடல்கள் இரண்டு; அவற்றில் இது இரண்டாவது.

தொழுகையும் அழுகையும்

மனிதனுக்கு ஏதேனும் ஒரு பழக்கம் உண்டாகிவிட்டால் அதை எளிதிலே மாற்றவொண்ணாது. அது நல்லதானாலும் சரி, கெட்டதானாலும் சரி, மாற்றுவது அரிது. பெரும்பாலும் மக்கள் தீங்கு பயக்கும் செயல்களையே பழகிக் கொள்கிறார்கள். நல்லவர்களுடன் இயங்கி வாழ்கிறவர்களுகுகு நல்ல பழக்கம் படிந்து விடுகிறது. ஒருவன் நல்ல பழக்கங்களாகத் தேர்ந்து ஒழுகத் தொடங்கிவிட்டால் நல்ல பழக்கங்கள் சூழ்நிலையின் வலிமையால் தாமே வந்துவிடும்.

மனிதன் பழக்கத்துக்கு அடிமை யென்று சொல்வதுண்டு. அது இருவகைப் பழக்கத்துக்கும் பொருந்தும்.

வேலையில் இருந்தபோது அடிக்கடி வேலைக்காரனைக் கூப்பிடுவது ஒருவருக்குப் பழக்கம். அவர் வேலையிலிருந்து விலகி ஓய்வு பெற்றாலும் அவரை அப்பழக்கம் விடுவதில்லை. தம்மை அறியாமலே, "பியூன்!" என்று கூப்பிடுகிறார். பிறகு தம் நிலையை உணர்ந்து தாமே சிரித்துக் கொள்கிறார். அவர் அப்படிக் கூப்பிட்டது யோசித்துச் செய்தது அன்று; பழக்க வாசனை.

சுந்தரமூர்த்தி சுவாமிகளுக்கு எப்போதும் இறைவனுடைய திருவைந்தெழுத்தைச் சொல்லுவது பழக்கமாகிவிட்டது; அவருடைய நாக்கு அதைச் சொல்லிப் பழகிவிட்டது

"நற்றவா உனை நான் மறக்கினும்
சொல்லும் நா நமச்சிவாயவே"

என்று அவர் அந்தப் பழக்கத்தைச் சொல்லுகிறார்.

தென் திருவாங்கூர்ப் பகுதிக்கு வேணாடு என்று பழங்காலத்தில் ஒரு பெயர் வழங்கியது. அங்கே வாழ்ந்த அரசர் ஒருவர் பெரிய சிவபக்தராக விளங்கினார். ராஜரிஷியைப் போல வாழ்ந்த அவருக்கு வேணாட்டடிகள் என்ற பெயர் வழங்கியது. அவருக்குச் சொந்தமான பெயரை யாரும் வழங்காமையால் அது மறைந்துவிட்டது.

அவர் எப்போதும் இறைவனை எண்ணுவதும் அவன் புகழைப் பேசுவதும் அவனைத் தொழுவதுமாகவே இருந்தார். ஒரு கணமாவது இறைவனுடைய நினைவு இல்லாமல் இருப்பதில்லை. அவரிடம் இருந்த அன்பு அவ்வளவு உரமுடையதாக இருந்தது. இறைவனை எண்ணி எண்ணிக் கைகுவித்துத் தொழுது கொண்டே இருப்பார். நின்று கொண்டிருப்பார்; திடீரென்று இரு கைகளையும் கூப்பித் தலைமேல் வைத்துக் கொள்வார். அவருடைய உள்ளத்தில் இறைவனுடைய காட்சியை அப்போது காண்பார் போலும்! எதையாவது நினைத்துக்கொண்டே இருப்பார்; அதனிடையே இறைவன் நினைவு வரும். உடனே கை குவிப்பார். எங்கேனும் அமர்ந்துகொண்டு யாருடனாவது பேசிக்கொண்டிருப்பார். இடையே கையைக் குவித்துத் தொழுவார். இறைவனுடைய நினைவுதான் காரணம். படுத்துக் கொண்டிருப்பார். அப்போதும் கும்பிடு போடுவார். துயின்று எழும்போதே இறைவனைத் தொழுவார். இப்படி எந்த நிலையில் இருந்தாலும் அம்பெருமானைத் தொழுவது அவருக்கு முதலில் பழக்கமாக இருந்தது; பிறகு வழக்கமாகி விட்டது.

நின்று நினைந்து இருந்து கிடந்து
எழுந்து தொழும் தொழும்பனேன்

என்று அவரே தம்மைச் சொல்லிக் கொள்கிறார். நின்று தொழும் தொழும்பர் அவர், நினைந்து தொழும் தொழும்பர்; இருந்து தொழும் தொழும்பர்; கிடந்து தொழும் தொழும்பர்; எழுந்து தொழும் தொழும்பர்.

இப்படி அடிக்கடி அவர் தொழுவதை மற்றவர்கள் கவனித்தார்கள். சிலர் அவருடைய பக்தியின் ஆழத்தை அறியாமல் தம்முள்ளே சிரித்துக் கொண்டார்கள். 'கோயில் கோபுரத்தைக் கண்டால் கும்பிடுவது முறை; இறைவன் திருவுருவத்தைக் கண்டால் தொழுவது நியாயம்; பெரியவர் களைக் கண்டால் கைகூப்புவதற்குப் பொருள் உண்டு. கணத்துக்குக் கணம் ஒரு காரணமும் இல்லாமல் கையெடுத்துத் தொழுவது நல்ல நிலையில் தெளிவான புத்தி உள்ளவர் செய்கிற காரியம் அல்லவே!' என்று அயலார் நினைத்தனர்.

அயலார் தம் செயலைக் கண்டு ஒரு விதமாக எண்ணுகிறார்கள் என்பதை அவர் ஓரளவு உணர்ந்தார். 'கும்பிடாமல் இருந்துதான் பார்ப்போமே!' என்ற யோசனை அவருக்கு உண்டாயிற்று. ஆனால் அது அவரால் முடிகிற காரியமா? இறைவன் நினைவு எழுந்தால் உடனே கைகள் குவிகின்றன. அதைத் தடுக்க முடியவில்லை. தும்மலைத் தடுக்க முடியுமா? அதுமாதிரியே தொழுவதையும் தடுக்க முடியவில்லை. 'இறைவனை நினைப்பதனால்தானே இப்படிச் செய்கிறோம்? நினைக்காமலே இருந்து பார்க்கலாம்' என்று எண்ணி முயன்று பார்த்தார். வைத்தியன் நோயாளிக்கு மருந்தைக் கொடுத்து, "இதை உண்ணும்போது குரங்கை நினைக்காதே" என்றானாம். அந்த நோயாளி மருந்தை உண்ணுகையில், வைத்தியர் எதையோ நினைக்கக் கூடாது என்றாரே!" என்று மறந்த குரங்கை நினைத்தானாம். அந்தக் கதைபோல ஆகிவிட்டது இந்தப் பக்தர் நிலை. "இறைவனை நினைக்காமல் இருக்க வேண்டும்" என்று எண்ணி முயன்று பார்த்தார். அந்த எண்ணத்தில் இறைவன் இருக்கத்தான் இருந்தான்.

அப்போது அவருக்கு உண்மை புலனாயிற்று; "அடடா! நினைக்கிறதும் மறக்கிறதும் நம்முடைய செயலா? அவனல்லவா நினைக்க பண்ணுகிறான்? தொழாமலும் நினைக்காமலும் இருக்கும்படி அவன் எண்ணினால் அவ்வாறு நடைபெறும். அவன் எண்ணவில்லை; அவன்

நம்மை நினையாமல் இருக்க வொட்டவில்லை. இதுதான் உண்மை" என்று அவர் உணர்ந்தார்.

நின்று நினைந்து இருந்து கிடந்து
எழுந்து தொழும் தொழும்பனேன்
ஒன்றிஒரு கால் நினையாது
இருந்தாலும் இருக்க ஒட்டாய்.

[நின்றும் நினைந்தும் இருந்தும் கிடந்தும் எழுந்தும் நின்னைத் தொழுகின்ற தொண்டனாகிய யான், மனம் ஒன்றி ஒரு கணம் நின்னை நினைக்காமல் இருந்தாலும் நீ அவ்வாறு இருக்க விடுவதில்லை.

நின்று தொழும், நினைந்து தொழும், இருந்து தொழும், கிடந்து தொழும், எழுந்து தொழும் என்று தனித் தனியே கூட்டவேண்டும். இருந்து - உட்கார்ந்து. கிடந்து-படுத்து. தொழும்பனேன்-தொண்டனாகிய யான். ஒன்றி-நினைவிலே இணைந்து.)

சில சமயங்களில் அவர் இறைவனை நினைந்து அவனோடு என்றும் இணைந்து வாழவில்லையே என்ற ஏக்கத்தால் கதறுவார். இந்த ஏக்கத்துக்கு எதை உவமை சொல்வது? பிள்ளையைப் பிரிந்து தாய்க்கு உள்ள துக்கத்தைச் சொல்லலாமா? எல்லாத் தாய்களும் அப்படி இருப்பதில்லை. பிள்ளையை வெறுத்து ஒதுக்கும் தாய்மார் கூட மனித சாதியிலே இருக்கிறார்கள். அதனால் பெரியவர்கள் அன்புக்கு உவமை சொல்லும்போது தாயன்பைச் சொன்னாலும் மனிதத் தாயின் அன்பைச் சொல்வதில்லை; பசுவுக்கும் கன்றுக்கும் உள்ள அன்பைச் சொல்வார்கள். மாணிக்க வாசகர்,

"குற்றாலத் தமர்ந்துறையும் கூத்தாநின் திருவடிக்கீழ்க்
கற்றாவின் மனம்போலக் கசிந்துருக வேண்டுவனே"

என்று பாடுகிறார். இராமனைப் பிரிந்து வாடிய கோசலையைக் கம்பர்,

"கன்றுபிரி காராவின் துயருடைய கொடி"

என்று சொல்கிறார். தன் கன்றை மாலை நேரத்தில் காணாமல் துடிக்கும் பசு கதறுவதைக் கண்டால் அதன் துயரத்தின் மிகுதி தெரியும். அடி வயிற்றிலிருந்து வரும் கதறலாக இருக்கும் அது.

வேணாட்டடிகளாகிய பக்தரும் அப்படித்தான் கதறினார்.

இறைவனைத் தொழுவதை நிறுத்துவதும் அவனை நினைப்பதை நிறுத்துவதும் இருக்கட்டும். அவனை நினைந்து கன்றைப் பிரிந்த ஆவைப் போலக் கதறுகிறாரே, அதை நிறுத்த முடியுமா? 'நிறுத்திப் பார்க்கலாமா?' என்ற எண்ணம் அவருக்குத் தோன்றியதோ என்னவோ, உடனே அந்த எண்ணத்தை மாற்றிக் கொண்டார். "இறைவனே! நானாக முயன்று கதறினாலல்லவா நானாக முயன்று நிறுத்தலாம்? நீயல்லவா என்னைக் கதறச் செய்கிறாய்? நான் நிறுத்துவதாவது! நான் உன்னை நோக்கி வந்து உன்னை நினைந்து கதறுகிறேன் என்று உலகம் நினைக்கிறது. பைத்தியக்கார உலகம்! நீ அல்லவா என்னை நோக்கி வருகிறாய்? என் நெஞ்சிற் புகுந்து என்னை இயக்குகிறவன் நீ தானே? எனக்கென்று செயல் ஏது?"

கன்றுபிரி கற்றாப்போல் கதறுவித்தி; வரவுநில்லாய்.

(கன்றைப் பிரிந்த பசுபைப்போல என்னைக் கதறச் செய்கிறாய்; என்னைத் தேடி என்பால் வருதலை நிறுத்தாமல் இருக்கிறாய்.

கற்றா என்றது இங்கே பசு என்னும் துணையாக நின்றது. "வேத வேதியர்" என்றது போல. கதறுவித்தி-கதறச் செய்கிறாய். வரவினின்றும் நிற்பதில்லை.)

அவருக்கே தம் செயல் வேடிக்கையாக இருக்கிறது. தொழுவதும் அழுவதும் அவரோடு ஒன்றிய செயல்களாகி விட்டன. உலகம் பழிக்கிறதென்று அவற்றை மாற்றலாமா? மாற்ற முடியுமா? முடியாது. "சுவாமி, இப்படியெல்லாம்

ஆட்டு விக்கிறாயே, நியாயமா?" என்று குறை கூறுபவரைப் போலக் கேட்கிறார். ஆட்டுவிக்கிறவன் யாரோ அவனும் எப்போதும் ஆடிக்கொண்டே இருக்கிறான். திருத்தில்லையில் இடைவிடாமல் ஆனந்தக் கூத்தாடும் ஆண்டவனே இப்படி யெல்லாம் ஆட்டுவிக்கிறான்.

நன்று இதுவே? திருத்தில்லை
நடம் பயிலும் நம்பானே!

(இது நல்லதா? அழகிய தில்லையில் ஆனந்தக் கூத்து இயற்றும் தலைவனே!

இது-நன்றோ என்று வினாவெழுத்தை மாற்றிக் கூட்ட வேண்டும். பயிலும்-இயற்றும். நம்பன் என்பது விளியேற்று நம்பானே என வந்தது. நம்பன்-பக்தர்களின் விருப்பத்துக்கு உரியவன்.)

"நன்று இதுவோ?" என்று கேட்ட கேள்வி அந்த நிலையை விரும்பாமல் கேட்டது அன்று. இறைவனை நெருங்கி, இழிப்பது போலப் புகழ்ந்தது அது. இப்படிச் சொல்வது பக்தர்களுக்கு இயல்பு.

நின்று நினைந்து இருந்துகிடந்து
எழுந்துதொழும் தொழும்பனேன்
ஒன்றி ஒரு நாள் நினையாது
இருந்தாலும் இருக்கவொட்டாய்;
கன்றுபிரி கற்றாப்போல்
கதறுவித்தி; வரவுநில்லாய்;
நன்றுஇதுவோ? திருத்தில்லை
நடம்பயிலும் நம்பானே!

திருப்பல்லாண்டு

அரசர்களுக்கெல்லாம் மேற்பட்ட அரசன் அவன்; சக்கரவர்த்தி. அவனையும் அவனுடைய மாபெருந்தேவியையும் எல்லோரும் எளிதிலே காண இயலாது. அவனுடைய அதிகாரம் பெற்று விதிமுறைகளுக்கு உட்பட்டுக் காணும் தகுதியுடைய சிலரே அவனைக் காண முடியும்.

ஆனால் அந்தப் பேரரசனுடைய புகழ் மாத்திரம் எங்கும் பரவியிருந்தது. அவன் காண்பதற்கு அரியவன் என்பதைப் பலர் உணர்வார்கள். மற்ற மக்களோடு நேரான தொடர்பு அவனுக்கு இல்லாவிட்டாலும் மக்கள் யாவரும் அவனுடைய ஆட்சிக் கீழ் வாழ்ந்தனர். பலர் அந்த உண்மையைக் கூட அறிந்து கொள்ளாமல் இருந்தார்கள். இருந்தால் என்ன? அவர்களுக்கும் அவனுடைய பாதுகாப்புக் கிடைத்துக் கொண்டுதான் இருந்தது.

இந்தச் சக்கரவர்த்திக்குப் பல குழந்தைகள். அவர்களில் பலர் அவனை அறியாமல் எங்கோ நெடுந்தூரத்தில் வாழ்ந்தார்கள். வாழ்விலே அவர்களுக்குச் சுகம் இல்லை. சின்னஞ்சிறு குடிசைகளிலே வாழ்ந்து ஜீவனம் நடத்தி வந்தார்கள். அவர்களுடைய இழிந்த நிலைமையைக் கண்டு சக்கரவர்த்திக்கு இரக்கம் உண்டாயிற்று. நாமே தங்களுடைய தந்தை என்று உணர்ந்து அவர்கள் இங்கே வருகிறார்களா என்று அரசன் காத்திருந்தான். அவர்களுக்கு இப்படி ஒரு தந்தை இருக்கிறான் என்பதே நினைவில்லை. அந்த நிலையில் அவனைத் தேடிக்கொண்டு வரப்போகிறார்களா, என்ன?

அரசிக்கும் உள்ளம் உருகியது. "நாம் இவ்வளவு பெரிய அரண்மனையில் வாழ்ந்து இன்புற்றிருக்க, அவர்கள் அழுக்குப் படிந்த ஓட்டைக் குடிசைகளில் வாழ்கிறார்களே!"

என்ற அங்கலாய்ப்பு உண்டாயிற்று. அரசனும் அரசியும் சேர்ந்து அடிக்கடி வருந்தினார்கள். "பெற்ற மனம் பித்து; பிள்ளை மனம் கல்லு" என்ற பழமொழிக்கு அவர்களைக் காட்டிலும் சிறந்த உதாரணம் கிடைக்காது.

யார் யாரையோ அனுப்பிப் பிள்ளைகளுக்கு உண்மையைச் சொல்லச் சொன்னான் அரசன். அவர்கள் சொன்னதைப் பிள்ளைகள் காதில் வாங்கிக் கொள்ள வேயில்லை. ஒருகால் கேட்டுச் சற்றே யோசனை பிறந்தாலும் அடுத்த கணத்தில் அதை மறந்து போனார்கள.

அரசர் பெருமானுக்கு இரக்கம் மிகுதியாயிற்று. 'நம்மை நோக்கி அவர்கள் வரவில்லையென்று சும்மா இருக்கலாமா? என்ன இருந்தாலும் பிள்ளைக்கும் பெற்றோருக்கும் உள்ள உறவு விட்டுப் போகுமா? நாமே அவர்கள் இருக்குமிடம் சென்று அவர்களை வழிப்படுத்த வேண்டும் என்ற கருணை அம்மன்னனுக்கு எழுந்தது. அன்ன நடை மடவாளாகிய தன் மனைவியுடன் அவன் தன் குழந்தைகளை நோக்கிப் புறப்பட்டு விட்டான்.

பிள்ளைகள் இருக்கும் பகுதிக்கு அவன் வந்தான். தனக்கென்று ஓர் இல்லம் கட்டுவித்துக் கொண்டு அதனுள்ளே புகுந்தான். தன் பிள்ளைகள் காண அங்கே இருந்தான்; ஆனந்தத்தால் கூத்தாடினான்.

அப்போது எல்லாப் பிள்ளைகளும் அவனிடம் போகவில்லை. சிலர் உள்ளத்திலே ஒரு வித மயக்கம் இருந்து அவனிடம் செல்லாமல் தடுத்தது. சிலர் அவனிடம் சென்று அவன் கோலத்தைக் கண்டார்கள்; அவனே தம்முடைய தந்தை என்று உணர்ந்தார்கள். "குழந்தாய்! உனக்கென்று பெரு வீடு கட்டிக் காத்திருக்கும் என்னைவிட்டு இங்கே வந்து துன்பம் அடையலாமா? இந்த ஓட்டைக் குடிசையிலே வாழ்கிறாயே! இதில் என்ன சுகம் கண்டாய்? உன் சொந்த வீட்டுக்கு வா; போகலாம். மறுபடியும் இந்தக் குடிசைப் பக்கமே வர வேண்டாம். போதும் இந்த நாற்றக்குடிசை வாழ்வு!" என்று

சொல்லிக் கருணைக் கடலாகிய அந்த மன்னன் தன்னிடம் வந்து உண்மை உணர்ந்த ஒவ்வொரு மகனையும் அணைத்துக் கொண்டான்.

நல்ல உணர்வு வரப்பெற்றுத் தன்னுடைய தந்தையின் பெருமையை அறிந்தான் ஒரு பிள்ளை. தந்தை, மக்கள் அணுகுதற்கரிய பெரிய அரண்மனையில் யாரும் காண இயலாத நிலையில் எல்லா வகையான செல்வங்களுக்கும் அதிபதியாய் வாழ்கிறவன் என்ற உண்மை அவனுக்குப் புலனாயிற்று. இப்போது இந்தக் குடிசையிலே புகுந்து வாழ்வதையும் அதன் காரணத்தையும் எண்ணிப் பார்த்தான். சிறு குடிசையில் துன்ப வாழ்வு வாழும் பிள்ளைகளை மீட்டு நல்வாழ்வு அடையச் செய்ய வேண்டும் என்ற பெருங்கருணையினால் அப்பெருமான் இவ்வாறு வந்து வாழ்கிறான் என்பதைத் தெளிந்தான்.

அவன் நல்ல பிள்ளை. "இவர் எதற்காகத் தம் உயர்ந்த நிலையை விட்டுப் பைத்தியக்காரத்தனமாக இங்கே வந்து துன்பமுற வேண்டும்?" என்று அவன் நினைக்கவில்லை. தான் அந்தக் குடிசைக்குள் ஒன்றில் வாழ்ந்து அல்லலுற்றதையும், தன் தந்தை அந்த ஊருக்கு வந்து உடன் கலந்து வாழத் தொடங்கியதால் தான் உண்மையை உணர்ந்து குடிசை வாழ்வை உதறித்தள்ளி இன்புற்றதையும் அவன் மறக்கவில்லை. 'நான் உய்ந்தது போல மற்றவர்களும் உய்ய வேண்டும்' என்ற ஆசை அவனுக்கு எழுந்தது.

'எங்கள் தந்தையார் தாம் இருந்த இடத்திலே யாரும் காணாமல் இருந்திருந்தால் நானும் என் போன்ற பிறரும் இந்தக் குடிசை வாழ்விலே மயங்கித் துன்பத்தில் கிடந்து மாழ்கி யிருப்போம். அவர் இவ்விடத்துக்கு வந்து வாழா விட்டால் நாம் அவரைக் காண்பது ஏது? அவர் வந்து வாழத் தேர்ந் தெடுத்தாரே இந்த ஊரை; இது வாழட்டும்! எங்கள் தந்தையை நாங்கள் காணச்செய்த இந்த ஊர் மன்னுக! இது நிலைபெற்று நிற்க நிற்க, என் போன்றவர்கள் வந்து உண்மை உணர்ந்து பழைய வறிய வாழ்கை மாற்றிக்கொள்வார்கள்;

நல்ல பிள்ளைகளாகிவிடுவார்கள். நல்ல பிள்ளைகள் மேன்மேலும் அதிகமாகட்டும்!' என்று வாழ்த்தினான்.

அதோடு நிற்கவில்லை. அவன் தன் தந்தையிடம் வைத்த அன்பு கரை கடந்து நின்றது. 'அறியாதவர்கள் இவரைப் பார்த்தால் சிரிக்கவும் கூடும். 'என்ன அற்புதமான அரண்மனை!

அதன் அளவை யாராவது அறிந்து சொல்ல முடியுமா? அதை விட்டுவிட்டு இந்த ஊருக்கு வந்து வாழ்கிறாரே! போதாக் குறைக்கு அங்கே அந்தப்புரத்தில் வாழும் அரசியையும் அல்லவா இழுத்துக் கொண்டு வந்திருக்கிறார்? அன்னம் நடப்பது போல மெல்ல நடக்கும் மெல்லியலாகிய இவள்தான் எப்படி இவ்வளவு தூரம் வந்தாள்? என்ன பைத்தியங்கள்! இவன் ஒரு பித்தன்; இவனைத் தொடர்ந்து வந்த இவளும் ஒரு பித்தி' என்று அவர்கள் சொல்வார்கள். ஐயோ பாவம்! அவர்கள் உண்மையை உணராதவர்கள். இந்தப் பித்துப் பிடித்ததனால்தான் நாங்களெல்லாம் உய்ந்தோம். இன்னும் பலர் உய்யக் கிடக்கிறார்கள். இந்தப் பித்து என் தந்தையாரிடம் மாறாமல் இருக்க வேண்டும். அப்போதுதான் உலகெல்லாம் விளங்கும். மறுபடியும் குடிசை வாழ்க்கைக்கு வராதபடி எங்களுக்கு அருள் செய்யும் பித்தனாக இவர் பல்லாண்டு பல்லாண்டு வாழட்டும்!" என்று பல்லாண்டு கூறினான். தன்னைப்போல் உண்மையுணர்ந்து வள வாழ்வு பெற்ற மற்றப் பிள்ளைகளையும் கூவி அழைத்து, "வாருங்கள் எல்லோரும். இந்த ஊர் மன்னுக என்று பாடுவோம். நம்முடைய சகோதரர்கள் மேன்மேலும் வளர்க என்று வாழ்த்துவோம். நம்முடைய தந்தையாரின் பெருமையையும் கருணையையும் உணராமல் தவறு சொல்லி இழித்துப் பேசும் பொல்லாத மனிதர்கள் நம்மைவிட்டு நெடுந்தூரம் போகட்டும். இந்த ஊரில் உள்ள இல்லத்திலே நமக்காகத் தன் பெருமையைச் சுருக்கிக்கொண்டு நம் தாயினுடன் வந்த புகுந்து நமக்குக் கருணை செய்து, நாம் இனிமேல் இந்த அவலமாகிய குடிசை வாழ்வு வாழாதபடி வழிவகுத்த

பித்தராகிய நம் தந்தையார் பல்லாண்டு பல்லாண்டு வாழ்கவென்று பாடுவோம்; வாருங்கள்" என்று முழங்கினான்.

மேலே சொன்னது உவமைக் கதை. அக்கதையின் கருத்தைச் சுருக்கமாகச் சொன்னால் போதும். அந்தப் பேரரசன்தான் சிவபெருமான்; நடராசன். அவன் குழந்தைகள் உயிர்க் கூட்டங்கள். அவர்கள் வாழும் ஊர் உலகம். குடிசை உடம்பு. அரசன் வந்து புகுந்த ஊர் தில்லை. அவன் வாழும் இல்லம் பொன்னம்பலம். எல்லோரையும் கூவி அழைத்துப் பல்லாண்டு பாடுகிறவர் சேந்தனார்.

'பல்லாண்டு என்னும் பதம் கடந்தா'னாகிய இறைவனுக்குப் பல்லாண்டு பாடுவது அறியாமை அன்றோ என்றால், அது பக்தியினால் உண்டாகும் நிலை. அவனுக்கு எதனாலும் ஊறுபாடு நிகழாது, அவன் நித்தியன் என்ற உண்மைகளை அறிந்தும் அந்த அறிவை மறைத்து, 'இந்தப் பித்து நிலைக்கு ஓர் ஊறும் வராமல் நீடுழி வாழட்டும்!' என்னும்படி செய்கிறது பக்தி.

பெரியாழ்வார் திருவாய் மலர்ந்தருளிய பல்லாண்டுக்குப் பேருரை எழுதிய பெரியவாச்சான் பிள்ளை, எல்லாம் வல்ல இறைவன் தம்மை வாழ்த்தி வாழ்விக்கும் நிலையில் இருக்க, அவனை வாழ்த்துவது எவ்வாறு முறை என்பதை அற்புதமாக விளக்கியிருக்கிறார். அவர் கூறுவனவற்றில் இங்கே பொருத்திக் கொள்வதற்குரிய கருத்துக்கள் பல உண்டு.

இறைவன் திருவருளாலே எல்லையற்ற பக்தியைப் பெற்ற சேந்தனார் தாம் பெற்ற இன்ப நிறைவினால் செருக்கு அடையவில்லை. முற்றுணர்வும் பேராற்றலும் யாவற்றையும் காக்கும் கருணையும் அவனுக்கு உண்டு என்ற எண்ணம் உண்டாவதற்கு முன்பு, தம் கண்முன்னே தோற்றிய பேரழகுத் திருக்கோலத்தைக் கண்டு, 'காலத்துக்கு அப்பாற்பட்ட இடத்திலே வாழும் பொருள், காலத்தின் ஆட்சிக்குப்பட்ட இடத்துக்கு வந்து ஊனக் கண்ணுக்குப் புலப்படும் பொருளாகிறதே! நம்பாற்கொண்ட பித்துத்தான் என்னே!

இப்பொருளுக்கு என்ன தீங்கு வருமோ!' என்ற ஐயம் உண்டாயிற்று. உண்டாகவே, 'இந்தப் பேரழகுக்கும் பித்துக்கும் தீங்கு வராமல் இவை நிலைத்து நிற்க வேண்டும்'' என்று திருப்பல்லாண்டு பாடத் தொடங்கினார்.

'குறைவிலாத நிறைவாகிய இறைவனைக் கண்டால் தமக்கு உரிய மங்கலத்தை அவனைக் கேட்டு இரக்க வேண்டியதல்லவா முறை? தாம் அவனுக்கு மங்கலம் உண்டாக வாழ்த்துவது பொருந்துமா?' என்றால், தம்முடைய கண்ணுக்குத் தோற்றிய அழகுத் திருக்கோலத்திலும் கருத்துக்குப் புலப்பட்ட பித்திலும் ஈடுபட்டுப் பக்தி பரவசராய் ஆழ்ந்து, அவனுடைய ஆற்றலையும் காக்கும் திறமையையும் நிறைவையும் மறந்தமையால் அவனுக்கு நிறைவு வேண்டுவதையே தம் நிறைவாகக் கொண்டு மங்களாசாசனம் பண்ணினார். ஆதலின் இது பொருந்தும்.

பல காலம் தவம் புரிந்து பேரழகுடைய தலைப் பிள்ளையை ஒருத்தி பெறுகிறாள். அவனிடத்தில் யாருக்கும் பகை இல்லை. அப்படி இருந்தாலும் தன்னுடைய அன்பு மிகுதியாலே ஏதாவது ஒரு சிறு சத்தம் கேட்டாலும் தன் குழந்தைக்கு ஏதேனும் ஊறுபாடு வருமோ என்று அஞ்சுகிறாள் அவள். தன் கைக்கு அடங்காத விற்பிடி மாணிக்கத்தைப் பெற்றவன் அது நல்ல பாதுகாப்பில் இருந்தும், காற்று அசைந்தாலும் அதற்கு ஏதாவது வந்துவிடப் போகிறதே என்று பயப்படுகிறான். அப்படியே சேந்தனாரும் அஞ்சிப் பல்லாண்டு கூறுகிறார்.

மன்னுக தில்லை! வளர்கநம் பக்தர்கள்!
வஞ்சகர் போய் அகல!
பொன்னின்செய் மண்டபத் துள்ளே புகுந்து
புவனிஎல்லாம் விளங்க
அன்ன நடைமட வாள்உமை கோன் அடி
யோமுக்கு அருள்புரிந்து
பின்னைப் பிறவி அறுக்க நெறிதந்த
பித்தற்குப் பல்லாண்டு கூறுதுமே.

[தில்லை நிலைபெற்று வாழ்க! நம் உறவினர்களாகிய பக்தர்கள் மேன்மேலும் வளர்க! வஞ்சகர்கள் எம்மிடத்தினின்றும் நீங்கிப் போகட்டும்! அன்னம் போன்ற நடையை உடைய உமா தேவியின் கணவன், பொன்னால் இனியதாக உள்ள பொன்னம்பலமாகிய மண்டபத்தினுள்ளே எழுந்தருளி உலகமெல்லாம் இருள் நீங்கி விளக்கம் பெற, அடியார்களாகிய நமக்கு அருள் புரிந்து, இந்தப் பிறவிக்குப் பின்னே வேறு பிறவி வராமல் அறுக்கும்படியாக ஒரு நல்ல வழியை எமக்குக் கைப்படுத்தித் தந்த பித்தனுக்குப் பல்லாண்டு கூறி வாழ்த்துவோம்.

மன்னுக-நிலைபெறுக. நம் என்றது பக்தியோடு தொடர் புடையதல்ல; நமக்கு உறவினரான பக்தர்கள் என்று பொருள் கொள்க. அகல-அகல்க; வியங்கோள். பொன்செய் மண்டபம், இன் மண்டபம் என்று கூட்ட வேண்டும். அன்ன நடை மடவாள் உமைகோனாகிய பித்தன் என்று சேர்க்கவேண்டும். "பெற்றலும் பிறந்தேன், இனிப் புறவாத தன்மைவந் தெய்தினேன்" என்று சுந்தரர் செரன்னது போல, "இப்பிறவியினால் பெற்ற துன்பம் இருப்பினும் இனிப் பிறவி இல்லை' என்ற துணிவுகொண்டு பேசுகிறார். பித்தற்குப் பல்லாண்டு கூறுதுமே என்றது, இந்தப் பித்து நிலையே எம்மை வாழ்விப்பது என்ற நினைவில் எழுந்தது. கூறுதும்-கூறுவோம்]

புவனமெங்கும் நிறைந்து அதற்கு அப்பாலும் கடந்து நிற்கின்றவன் இறைவன். அவன் தன் கருணையினால் உலகுக்குள் நடையாட உருவம் பெற்று வந்து, தில்லையென்னும் ஊருக்கும் வந்து, அம்பலமென்னும் மண்டபத்துக்குள்ளும் புகுந்தான். எல்லையின்றி விரிந்த பரம்பொருள். எல்லைக்குட் பட்ட இடத்தில் தன்னைச் சுருக்கிக் கொண்டு வந்தது, அப்பொருளின் கருணையைக் காட்டும் செயல். அப்படி வந்தமையால் புவனியில் இன்னார் இனியாரென்னாது யாவரும் உய்ய வழி பிறந்தது. இறைவனுடைய அருளையே சக்தியாக வைத்து வழிபடுகிறோம். அந்த அருள் வெளிப்படையாகத் தோற்றிப்

பொங்கி வழிந்ததுபோல, உமையாள் அன்ன நடை நடந்து எம்பெருமானுடன் வந்தாள். அவளும் வந்தமையால் தான் உயிர்கள் அருளைப் பெற்றன. அதனால், "அன்ன நடை மடவாள் உமைகோன் அடியோமுக்கு அருள் புரிந்து" என்று சொன்னார்.

"மீட்டிங்கு வந்து வினைப்பிறவி சாராமே, கள்ளப் புலக்குரம்பை கட்டழிக்க வல்லானே" என்று மணிவாசகர் கூறியபடி, "பின்னைப் பிறவி யறுக்க நெறிதந்த பித்தன்" என்று இவர் பாடுகிறார்.

ஒரு பொருளின் பெருமையை உணர்ந்து வியப்பில் ஆழ்ந்தால் உடன் இருப்போரையும் கைதட்டி அழைத்து "பாருங்கள் பாருங்கள்!" என்று சொல்வது மனித இயல்பு, ஆதலின் சேந்தனார் இறைவனுடைய கோலத்திலும் கருணையிலும் மனம் ஆழ்ந்து உருகி வியந்து "வாருங்கள் வாழ்த்துங்கள்" என்று கூவி அழைக்கிறார்.

சேந்தனார் பாடிய திருப்பல்லாண்டு பதின்மூன்று பாசுரங்களை உடையது. இது முதற் பாசுரம்.

முற்றும்.

★★★

9 788199 925311

Printed at Repro India Ltd.